மனிதர்கள் பல ரகம்

கதைகளின் தொகுப்பு

டாக்டர்.K. பத்மினி

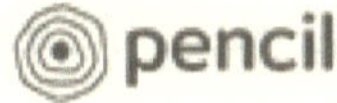

ISBN 978-93-5458-055-0
© டாக்டர்.K. பத்மினி 2021
Published in India 2021 by Pencil

A brand of
One Point Six Technologies Pvt. Ltd.
123, Building J2, Shram Seva Premises,
Wadala Truck Terminal, Wadala (E)
Mumbai 400037, Maharashtra, INDIA
E connect@thepencilapp.com
W www.thepencilapp.com

Author biography

கதாசிரியை: டாக்டர்.K. பத்மினிPhD
பிறந்த இடம்: சிவகாசி, தமிழ்நாடு
வாழும்இடம்: சென்னை
கணவர்: திருமங்கலம்APRR.குமார்
மகன்கள்2, மகள்1
படிப்பு: பிஎஸ்சி, எம்ஏ, எம்பில்,
பிஎச்டி(ஹிந்தி)
பத்துஆண்டுகள்ஆசிரியையாக
பணியாற்றினார்
ஃபோன்நம்பர்: 9840595193
Email : kmr.pdmn@gmail.com
பிறந்த நாள் : 11 செப்டம்பர்1953
கற்றுத் தேர்ந்தமொழிகள்: தமிழ்,
ஆங்கிலம், இந்தி
நிறுவனர்:KP Hindi Academy

CONTENTS

Introduction

உலகில் வாழும் மனிதர்கள் பல ரகம் அவர்களை நாம் நம் வாழ்க்கையின் பல சந்தர்ப்பங்களில் பல இடங்களில் சந்திக்கின்றோம். ஒவ்வொரு மனிதனுக்குள்ளும் ஒவ்வொரு எண்ணம் .அந்த எண்ணப்படியே அவன் வாழ்கின்றான் . இக்கதை தொகுப்பில் பலதரப்பட்ட மனிதர்களின் கதைகள் சொல்லப்பட்டிருக்கின்றன இவர்கள் தன்னலம் மிக்க நடுத்தர வர்க்கத்தைச் சேர்ந்தவர்கள்.

1.இப்படியும் சில மனிதர்கள்

இப்படியும் சில மனிதர்கள்

செ்னை தலைநகரின் திருவல்லிக்கேணி பகுதி பார்த்தசாரதி கோவிலும் மெரினா கடற்கரையும் சனி, ஞாயிறு கிழமைகளில் மக்களால் களைகட்டும் பகுதி. இங்கே சின்ன மசூதிக்கு பக்கத்தில் அமைந்த ஒரு ஒண்டுக் குடித்தன வீட்டில் வாழ்பவன் தான் பாண்டி. இவன் ஒரு சாதாரண செ்னைவாசி. படிப்பறிவு அதிகம் கிடையாது. தாய் தந்தைக்கு அடங்காத முரட்டு காளையாக வலம் வருபவன். ஆனால் மீன்பிடி மோட்டார் படகுகளின் முதலாளிக்கு மட்டும் மிகவும் விசுவாசமான தொழிலாளி. முதலாளிக்கு சலாம் போட்டு, ஐஸ் வைத்து எப்படியோ கைநிறைய காசு பார்க்கத் தெரிந்தவன் பாண்டி.

இந்த அடங்காத காளையை அடக்க இவரது பெற்றோர் இவனுக்கு திருமணம் செய்து வைத்தனர். மனைவி அழகி. பெயர் மட்டும் அழகி அல்ல, உண்மையிலேயே அவள் குத்து விளக்கைப் போல் ஆடம்பரம் இல்லா அமைதியான அழகு கொண்டவள். அதனால்தான் பாண்டி அவள் அழகில் சொக்கிப் போய் இருந்தான். முதலாளியிடம் இன்னும் அதிகமாக குலைந்து வேலை பார்த்து சம்பாதித்துக் கொண்டு வரும் ஆசை பேராசைபேராசையானது. அவன் ஒரு தற்குறி. எப்பவும் தன்னைப் பற்றி மட்டுமே நினைப்பான்.

முதல் குழந்தை பிறந்தது. சிங்கக்குட்டி போன்ற ஆண்பிள்ளை பிறக்கும் என நினைத்த பாண்டிக்கு பிறந்தது பெண் குழந்தை என்றதும் ஏமாற்றம் தான். அடுத்த குழந்தை நிச்சயம் ஆண் குழந்தை பிறக்கும். ஆசைக்கு ஒருபெண் வேண்டுமல்லவா என ஆளாளுக்கு அறிவுரை கூற அமைதியானான். அடுத்த குழந்தை ஆணாகவே பிறந்தது. முதலாளியிடம் இன்னும் முன்னைவிட கெத்தாக வேலை செய்தான். அவரிடம் வேலை செய்பவர்களில் தான்தான் கெட்டிக்காரனாக வலம்வர வேண்டும் என்பதிலேயே குறியாக இருந்தான்.

ஆண்டுகள் சில உருண்டோடின. பெண் குழந்தை பிறக்கும் போது பார்க்க நார்மலாகவே தெரிந்தாள். வளர வளரத்தான் தெரிந்தது அவளது ஒரு கை அங்கஹீனம் ஆனது என்பது. சரிவர வளராமல் சூம்பிப் போன கையாக இருந்தாலும் அவள் உள்ளம் குன்றிப் போக வில்லை. தன் தம்பியிடம் பாசத்தைப் பொழிந்தாள். அழகும் தன் குழந்தைகளை மற்றவர்கள் முன் விட்டுக்கொடுக்காமல் மிகுந்த அன்புடனும் அக்கறையுடனும் வளர்த்தாள்.

அன்று டிசம்பர் 25 கிறிஸ்துமஸ் விடுமுறை என்பதால் மெரினா கடற்கரையில் நல்ல கூட்டம். பலரும் கடல் அலைகளில் நின்று ஆனந்தமாக விளையாடிக்கொண்டிருந்தனர். பாண்டியின் குழந்தைகள் இருவரும் கடற்கரைக்கு போக ஆசைப்பட்டார்கள். பாண்டியும் தன் மனைவி மக்களை அழைத்துக்கொண்டு கடற்கரைக்கு போனான். கடலுக்கு அருகில் சென்றதும் பாண்டியன் பையன் ராஜ் நீரில் விளையாட

ஆசைப்பட்டான்.பாண்டியோ மணலில் அமர்ந்துகொண்டான்.அம்மாவும் அக்கா கௌரியும் கூடவர ராஜ் கடல்நீரில் நின்றான். திடீரென ஒரு பெரிய அலை வரவும் தடுமாறி கீழே விழுந்தான். அழுகி பயத்தில் கத்தினாள்.

காலம் கடந்து விட்டது. அலை பையனை உள்ளே இழுக்க, தம்பியைத் தூக்கி வர தன் கைகளை நீட்டிக் கொண்டு சென்ற கௌரியும் அலையோடு இழுத்துச் செல்லப்பட்டார்கள்.தன் கண் முன்னே அன்புக்குழந்தைகள் கடலுக்குள் இழுத்துச் செல்லும் நிலை பார்த்து அழுகி மயங்கிப் போனாள். மணலில் இருந்து எழுந்து ஓடி வந்த பாண்டி மயங்கிய அழுகியை தாங்கிப்பிடித்து நின்றானே தவிர தன் குழந்தைகளை காப்பாற்ற முயலவில்லை. இதைப் பார்த்துக் கொண்டிருந்த அக்கம்பக்கத்தினர்," குழந்தைகளைக் காப்பாற்றுங்கள், காப்பாற்றுங்கள்" என அலறும் சத்தம் கேட்டு கரையில் இருந்த சில நீச்சல் தெரிந்த வாலிபர்கள் கடலில் குதித்து குழந்தைகளை கரைக்கு தூக்கி வந்தனர். ஆனால் குழந்தைகள் ஒருவரை மற்றவர் பிடித்தபடியே நீரில் மூழ்கியதில் மூச்சுத் திணறி இறந்து இருந்தனர்.

வீடு அல்லோலகல்லோலப்பட்டது. துக்கம் தாளாமல் அழுகி மயங்கி மயங்கி விழுந்தாள். அந்த நேரம் பாண்டி குழந்தைகளின் சடலங்களுக்கு அருகில் நின்று கொண்டு அவர்களுக்கு மரியாதை செலுத்த தன் முதலாளி காரில் வருகிறாரா என காரின் கார்ன் சத்தத்திற்காக காத்துக் கொண்டிருந்தான்.

2.கபாலன்

கபாலன்

விஷயம் விபரீதமானது. ஆம், கபாலன் இன்றும் ஒரு லாரியை கேட்டில் மடக்கி பிடித்து வெளியே அனுப்ப அனுமதி அளிக்கவில்லை. முன்பிருந்த செக்யூரிட்டி சத்தமில்லாமல் காசு வாங்கிக்கொண்டு கம்பெனியிலிருந்து முக்கியமான கணக்கில் வராத சரக்குகளை ஏற்றிக்கொண்டு லாரி செல்ல வழி விட்டு விடுவார். ஆனால் கபாலனோ டார்ச் லைட் அடித்து விசில் சத்தத்துடன்,"நிறுத்து, லாரியை நிறுத்து. எங்கே கொண்டு போகிறீர்கள் இந்த சரக்கை எல்லாம்?" கண்டிப்புடன் சத்தம் போட்டு லாரியை நிறுத்தி விட்டார்.

கடமை, கண்ணியம், கட்டுப்பாடு என வாழ்பவர் கபாலன். அவரது முழுப்பெயர் என்னமோ க. பாலசுப்பிரமணியன் தான். ஆனால் அதனை ஆபீசர்கள் சுருக்கி கபாலன் என கூப்பிட்டதில் உடன் வேலை செய்பவர்கள் அனைவரும் அவரை கபாலன் என்றே மிகவும் அன்புடன் அழைக்கத் தொடங்கிய பின் அவரும் தன்னைக் கபாலன் என்றே சொல்லிக்கொள்வார். இந்திய விமானப்படையில் தனது 17வது வயதில் சேர்ந்து பதினோரு ஆண்டுகள் கடமையாற்றியவர் கபாலன். தமிழ்

நாட்டில் பிறந்தாலும் கான்பூர், அசாம், பெங்களூர் என வேறு மாநிலங்களில் வேலை பார்த்ததால் மிகுந்த அனுபவசாலியாக இருந்தார். கல்லூரிப் படிப்பு செலவிற்காக அம்மா அப்பா திணறுவார்கள் என்பதால் படிப்பே வேண்டாம் என்று ஸ்கூல் படிப்பு முடிந்ததுமே விமானப் படையில் சேர்ந்து விட்டார். சர்வீஸ் மேன் என்ற மரியாதை அவருக்கு தமிழ்நாட்டில் ஒரு மிகப் பெரிய கம்பெனியின் செக்யூரிட்டி வேலை கிடைக்க ஏதுவாயிற்று.

ஆனால் எல்லையில் கடமையை திறம்பட ஆற்றிய வீரர்கள் பலரும் எல்லை காக்கும் பணியை விட்டு வந்த பின்னரே உலகில் ஊழலை அடக்க முடியாமல் மக்கள் திண்டாடுவதையும் அல்லல் படுவதையும் உணர்ந்தனர். இதற்கு கபாலன் மட்டும் விதிவிலக்கா என்ன! கம்பெனியின் சரக்குகளை மறைமுகமாக கணக்கில் விற்க லாரியில் கடத்த முயன்றவர் ஒரு எம்பி என்பதை கம்பெனியிலேயே பலரும் அறிந்திருந்தனர். எனவே அனைவரும் ஆபீசில் கபாலனின் நடவடிக்கை குறித்து அங்கலாய்த்து பேசினார்கள்.

" இவனுக்கு மட்டும் என்ன கொம்பா முளைத்திருக்கிறது"

" பிழைக்கத் தெரியாத ஆளா இருக்கானே"

"அவனுக்கு என்ன இப்ப மெடலா குத்தப்போறாங்க! கண்டுக்காம விட வேண்டியதுதானே……."

என ஆளாளுக்கு பேசினார்களே தவிர யாருமே கபாலன் செய்தது சரி என கூறவில்லை.

கபாலனின் சஸ்பென்ட் ஆர்டர் கையெழுத்தானது. அனைவரும் உச்சுக் கொட்டினார்களே தவிர நேர்மைக்கு குரல் கொடுக்க யாரும் முன்வரவில்லை. குடும்பத்தில் காதல் மனைவி, மூன்று குழந்தைகள்- இரண்டு பெண், ஒரு ஆண்- என ஐந்து நபர்கள். பென்சன் பணம் வீட்டு வாடகைக்கும் மளிகைக்கடை பில்லிற்கும் தான் சரியாக இருக்கும். பிள்ளைகளின் ஸ்கூல் ஃபீஸ், யூனிபார்ம், புத்தகம் என பட்ஜெட் நீண்டு கொண்டே போவதால் வேலையும் பார்க்க வேண்டிய நிலை. இவர் நிலை அறிந்த உடன் வேலை பார்க்கும் ஆபிஸர்கள் சஸ்பென்ட் ஆர்டர் வாங்க கபாலன் கவலையுடன் வருவான் என எண்ணினர்.

ஆனால் நடந்ததோ வேறு. கபாலன் சிறிதும் கலங்கவில்லை. பற்றாக்குறை பட்ஜெட் பற்றிய கவலை மனதில் எழுந்தாலும் கடமையில் தன் கண்ணியத்தைக் காப்பாற்றியதை எண்ணி பெருமை கொண்டான். எனவே சஸ்பென்ட் ஆர்டரில் கையெழுத்திட்ட ஆபீசர்கள் அனைவரும் தலைகுனிந்து அமர்ந்திருக்க கபாலன் என்றும் போல் சிரித்த முகத்துடன் அனைவருக்கும்," குட் மார்னிங், சார்" என தன் கணீர் குரலால் சொல்லி சலாம் செய்து அவர்களிடமிருந்து சஸ்பென்ட் ஆர்டர் வாங்கி வெளியே செல்லும்போது அனைவரின் பார்வைக்கும் அவன் ஏதோ மார்க்கெட்டிற்கு காய்கறி வாங்க பையை எடுத்துக் கொண்டு கைகளை வீசிக் கொண்டு செல்வதைப் போல தோன்றினான்.

கபாலனின் கண்ணியம் அவனுக்கு கம்பீரத்தை கொடுத்தது. அவனல்லவா ஆண்மகன்!

3.கள்ளமில்லா உள்ளம் படும்பாடு

கள்ளமில்லா உள்ளம் படும்பாடு

ரமலான் மாதம் - முகமதியர்கள் நாள் முழுக்க நோன்பு இருந்து தொழுகையிலும்,பல நற்காரியங்களிலும் ஈடுபடும் மாதம். ரஹீம், சைரா பானு தம்பதிகளுக்கு இந்த ரமலான் மாத நோன்பு இருந்து ஒரு முறையாவது டெல்லி ஜூம்மா மசூதிக்கும் ஆக்ரா தாஜ்மஹாலுக்கும் வெள்ளிக்கிழமை சென்று தொழுகை செய்து வரவேண்டும் என்று ஆசை.

சென்னையின் புறநகர் பகுதியான வளசரவாக்கத்தில் கணவன் மனைவி இருவருமாக ஒரு சிறு கடையில் 'நூர் மேட்சிங் சென்டர்' என்ற பெயரில் ஒரு துணிக்கடை நடத்திக் கொண்டிருந்தார்கள்.சைராபானுவிற்கு தையல் கைவந்த கலை. இதனால் அந்த சிறிய கடையிலும் நடுவில் ஒரு தையல் மிஷின் வைத்து தானே தைத்துக் கொடுப்பதும் உண்டு. மேட்சிங் சென்டர் என்பதால் கடை முழுவதும் எல்லா விதமான வண்ணங்களில் பிளவுஸ் துணிகள் மற்றும் சுடிதார் தைப்பதற்கு தேவையான லைனிங் கிளாத்,லேஸ் போன்ற வாடிக்கையாளர்களின் தேவைகளை அங்கே விற்று தங்களால் இயன்றதை சம்பாதித்துக் கொண்டிருந்தனர்.

ரஹீம்-சைரா பானு தம்பதிகளுக்கு இரண்டு குழந்தைகள்,ஆண் ஒன்று, பெண் ஒன்று.கருப்பு நிற பர்தா உடை இல்லாமல் சைராபானுவை பார்க்கவே முடியாது. தொழுகை நேரத்தில் கடையை ஒரு பையனிடம் ஒப்படைத்து விட்டு வீட்டிற்கு போய் தொழுகை முடிந்த பின் மீண்டும் கடைக்கு வந்து வியாபாரத்தை இரவு கடை மூடும் வரை கவனித்துவிட்டு இருவரும் சேர்ந்து வீட்டிற்கு செல்வார்கள். வீட்டில் ரஹீமின் வாப்பாவும் உம்மாவும் குழந்தைகளையும் வீட்டையும் நன்கு கவனித்துக் கொள்வதால் கணவன் மனைவி இருவருக்கும் வியாபாரத்தை கவனம் சிதறாமல் நடத்த முடிகிறது.

நடுத்தர குடும்பம் ஆனதால் வரவிற்கும் செலவிற்கும் சரியாக இருக்கும். வரிசையாக அமைந்த கடைகளில் இரண்டு கடைகளின் பொது சுவருக்கு நடுவில் அமைந்தது தான் இவர்களின் கடை. எனவே கடையை விரிவு படுத்தவும் முடியாது. 'இருப்பதை விட்டு பறப்பதற்கு ஆசைப்படக் கூடாது' என ரஹீமின் வாப்பாவும் உம்மாவும் அவ்வப்போது அவர்களுக்கு அறிவுரை சொல்வதால் இருப்பதைக் கொண்டு நிம்மதியாக வாழ கற்றுக் கொண்டனர் தம்பதிகள் இருவரும்.

நாளாக நாளாக டெல்லி-ஆக்ரா செல்லும் ஆசை தீவிரமானது. ரஹீமின் வாப்பா வீட்டிலிருந்தபடியே சென்ட் வியாபாரம் பார்த்துக்கொண்டிருந்தார். சென்ட் உடன் ஊதுவத்தி, நிஜாம் பாக்கு போன்றவைகளை மொத்த கடைகளில் ஆர்டர் கொடுத்து வாங்கி சின்னச்சின்ன பெட்டிகடைகளுக்கு சப்ளை செய்வது வழக்கம். இதனால் கிடைத்த உபரி வருமானம் ரமலான் பண்டிகை காலத்தில் குடும்பச் செலவிற்கு மிகவும்

உதவியாக இருக்கும். மகன், மருமகளின் ஆசை தெரிந்த வாப்பாவும் உம்மாவும் சிக்கனமாக செலவு செய்து சேமித்து வைத்து வரும் ரமலானில் டெல்லி ஆக்ரா சென்று வர தேவையான பணத்தைக் கொடுத்ததும் தம்பதிகள் இருவரும் மிகவும் மகிழ்ந்தனர்.

ரஹூம் சென்னை சென்ட்ரல் ஸ்டேஷன் சென்று கியூவில் நின்று ரிசர்வேஷன் ஃபார்ம் வாங்கிப் பார்த்து, படித்து, அக்கறையுடன் அதை நிரப்பி, பணம் கட்டி டிக்கட்டுகள் வாங்கினார். பயண நாள் வந்தது, குடும்பத்துடன் ஸ்டேஷன் வந்து ரயில் ஏறினார்கள். மூன்றாம் வகுப்பு ஏசி இல்லா பெட்டியில் டிக்கெட் ரிசர்வ் செய்திருந்தார் ரஹூம். குழந்தைகள் குதூகலமாக கொண்டாட்டம் போட்டனர். ஜன்னல் பக்கத்து சீட்டுக்கு குழந்தைகள் மட்டுமல்லாது வயதான வாப்பாவும் சண்டை போட்டதைப் பார்த்து உம்மாவும் சைராபானுவும் சிரித்தனர்.

ரயில் கிளம்பியது. நெல்லூரைத் தாண்டியது. டிடிஆர் வந்தார். டிக்கெட்டுகளை சரி பார்த்தவர் தன்னிடம் உள்ள லிஸ்டில் பெயர் இல்லையே எனச் சொன்னார். ரஹீம் திணறிப் போனார். ஒரு நாள் பூராவும் கடைக்குப் போகாமல், வியாபாரம் பார்க்காமல், ஸ்டேஷனிலிருந்து பார்த்துப் பார்த்து ஃபார்ம் நிரப்பி, ரிசர்வேஷன் கவுண்டரில் கால்கடுக்க நின்று, பணம் கட்டி டிக்கெட்டுகளை வாங்கி வந்தவர் அவரல்லவா! லிஸ்டில் 'இரஹூம்' என எழுதப்பட்டிருந்தது. டிக்கெட்டில் ரஹீம் என இருந்தது. தமிழ் தெரிந்தவர்கள் ரெண்டு பெயரும் ஒன்று என அறிவார்கள். நெல்லூரில் ஏறிய டிடிஆர்

தெலுங்குக்காரர். எனவே பெயரில் மாற்றம் இருப்பதாகச் சொல்லி விட்டுச் சென்றார்.

ரஹீமின் குடும்பத்தினருடன் அதே வண்டியில் பக்கவாட்டு சீட்டில் அமர்ந்திருந்தவர் ரஹீமை பார்த்து," டிடிஆர் உங்களிடம் காசு எதிர்பார்க்கிறார். அதனால்தான் பெயரைக் காரணம் கூறுகிறார் " எனச் சொல்லவும், உம்மா தன் கைப்பையை திறந்து பணத்தை வெளியில் எடுத்து ரஹூமின் கைகளில் திணித்தார். டிடிஆர் சிறிது நேரம் கழித்து வந்து," என்ன செய்யப் போகிறீர்கள்?" எனக் கேட்கவும், ரஹிம்100 ரூபாயை காட்டினார். உடனே 6 டிக்கெட்டுகளுக்கு 600 ரூபாய் கட்ட வேண்டும் என்று சொன்னதும் உடனே ஆறுநூறு ரூபாயை எண்ணிக் கொடுத்தார் ரஹிம். பணம் வாங்கிக்கொண்டு டிடிஆர் சென்றதும் ரஹீம் "மாஷா அல்லாஹ்" எனச்சொல்லி அமைதியானார்.

பயண செலவிற்காக கொண்டுவந்ததில் சிறிது குறைந்தது வருத்தம் தான்; ஆனாலும் பிரச்சினை முடிந்தது என குடும்பத்தினர் தங்களை ஆசுவாசப்படுத்திக் கொண்டனர். அனைவரும் படுக்கத் தயாராகினர். ரயில் நாக்பூரை நெருங்கிக் கொண்டிருந்தது. திடீரென பக்கத்து சீட்டுக்காரர் அயர்ந்து தூங்கிக் கொண்டிருந்த ரஹீமை தட்டி எழுப்பினார்," உங்கள் வாப்பாவை டிடிஆர் அங்கே பாத்ரூம் பக்கத்தில் நிற்க வைத்து ஏதோ கேள்வி மேல் கேள்வி கேட்டு மிரட்டுவது போல் பேசுகிறார்." எனச் சொன்னதும், என்னவென்று பார்க்க விரைந்து அங்கே போனார் ரஹிம்.டிடிஆர் வாப்பாவின் கைகளை இறுகப் பிடித்துக் கொண்டிருந்தார்; வாப்பாவின் காலடியில் ஒரு கூடை இருந்தது. அந்தக் கூடையில் பயணத்தின்போது

சாப்பிடுவதற்காக என்று உம்மா சில இனிப்பு,காரப் பொட்டலங்களை கொண்டு வந்திருந்தார். ஆனால் டிடிஆர் ரஹூமிடம்," உங்கள் வாப்பா கஞ்சா வைத்திருந்தார் " எனக் கூறியதும் ரஹிம் நடுநடுங்கிப் போனார். " சார்,அது பாக்கு சார்; தூக்கம் வரவில்லை; பாக்கு போட வேண்டும்போல் தோன்றியது. கூடையில் இருந்த பாக்கை இங்கே விளக்கு வெளிச்சத்திற்கு எடுத்து வந்து தேடினேன். இவர் நம்ப மாட்டேன் என்கிறாரே.... என்ன செய்வேன்?" என வாப்பா புலம்ப ஆரம்பித்தார்.

இக்களேபர சமயத்தில் நாக்பூர் ஸ்டேஷன் வந்து விட்டது. டிடிஆர் வெளியே நின்ற போலீசை கூப்பிட்டு பேசினார். விஷயம் விபரீதம் ஆவதை புரிந்து கொண்ட ரஹிம் டிடிஆரைத் தனியே அழைத்து தான் பணம் தருவதாகச் சொன்னதும், டிடிஆர்,"இது போலீஸ் கேஸ்; எனக்குத் தெரியாது" எனச் சொல்லி போலீசிடம் கண் ஜாடை காட்டி விட்டு ஒதுங்கி நின்றார். போலீஸ் வாப்பாவையும் ரஹீமையும் இரயிலை விட்டு கீழே இறங்கி பிளாட்பாரத்தில் நிற்க வைத்தார். உம்மாவும் சைரா பானுவும் அழத் தொடங்கினர். சிக்னல் விழுந்ததும் ரயில் மெதுவாக நகர ஆரம்பித்தது. உடனே உம்மா தன்னிடமிருந்த ரூபாய் நோட்டுக்கள் அனைத்தையும் ஜன்னல் வழியாக நீட்டி," அவர்களை விட்டு விடுங்கள்" என கத்த ஆரம்பித்தார். போலீஸ் ரூபாய் நோட்டுக்களை வாங்கிக் கொண்டு இருவரையும் போங்கள் என சைகை காட்டியதும் ரஹூமும் வாப்பாவும் ஓடும் ரயிலில் ஓடிவந்து ஏறினர். அவர்கள் பின்னால் போலீஸ் ரூபாய் நோட்டுகளில் சிலவற்றை டிடியாரிடம் கொடுப்பதை அவர்கள் பார்க்கவில்லை.

4.சுதந்திரம்

சுதந்திரம்

சுதந்திரம் என்பது நம்மோடு இணைந்து பிறப்பது தானே! அது மற்றவர்களிடம் யாசித்துப் பெற வேண்டியதோ, தேடித்தேடி அலைந்து பெற வேண்டிய ஒன்றோ இல்லை; அது, "நான் தான் சுதந்திரம்" என்று சொல்லி நம் கைகளில் வந்து சேர்வதும் இல்லை; சுதந்திரம் நமது பிறப்புரிமை. ஆனால் பெண்கள் அந்த சுதந்திரத்தை சரிவரப் புரிந்து கொள்ளாமல் பெண்களுக்கு சுதந்திரம் இல்லை என சொல்வது புரியாத புதிராகத்தான் இருக்கிறது. இப்படிப்பட்ட பெண்களில் ஒருத்தி தான் ரமணனின் சித்தி ராதை.

ரமணன் மதுரையின் மிகப் பிரபலமான ஜவுளிக்கடை முதலாளியின் மகன். அவனது அப்பாவுடன் பிறந்த தம்பி ராமானுஜர். அண்ணன் தம்பி இருவருடனும் பிறந்தவர்கள் இரண்டு தங்கைகள் - அம்புஜம் அத்தையும், அலமேலு அத்தையும். அத்தைகள் இருவரையும் மதுரையிலேயே கட்டிக் கொடுத்ததால் அவர்கள் தினமும் அம்மா வீட்டிற்கு வந்து போவது குடும்ப வழக்கமாகவே இருந்தது. அத்தைகள் இருவரும் காலையில் வந்து இங்கே டிபன் சாப்பிடுவார்கள்; மதிய சாப்பாட்டிற்கு அவர்கள் மாப்பிள்ளைகளும் இங்கேயே சாப்பிட வந்துவிடுவார்கள்; இரவு சாப்பாட்டை டிபன் கேரியரில் எடுத்துக் கொண்டு வீட்டிற்குப் புறப்படுவார்கள்.

ரமணின் அம்மா வீட்டிற்கு மூத்த மருமகள் என்பதால் அனைவருக்கும் சமைத்துப் போடுவதில் கை தேர்ந்த பெண்ணாக மாறி விட்டார்,இளைய மருமகள் ராதை வீட்டிற்கு வந்ததும் அனைவரும் குடும்ப பாரத்தை அவள் மீது சுமத்த தயாராகினர். ரமணன் அப்போது பள்ளிக்குச் செல்லும் பாலகன். தங்கள் வீட்டிற்கு சித்தப்பாவுடன் புதிதாக சித்தி வந்ததில் அவனுக்கு மிகவும் சந்தோஷம். சித்தியை தன்னுடன் விளையாட கூப்பிட்டான் ராதை கிராமத்தில் ஒரு செல்வந்தர் வீட்டுப் பெண்ணாக வளர்ந்ததால் வீட்டு வேலைகளில் ஒன்றிப் போக முடியாமல் திணறினாள்.

கல்யாணமான மறுவாரத்தில் கூட்டுக் குடும்பத்தி ற்குள் அழைத்து வரப்பட்டாள் ராதை. அன்று மொட்டை மாடியில் வடு மாங்காய், எலுமிச்சை என விதவிதமான ஊறுகாய்கள் பெரிய பெரிய பீங்கான் ஜாடிகளில் வெயிலில் காய வைக்கப்பட்டு இருந்தன. ரமணன் சித்தியை மொட்டை மாடிக்கு அழைத்து வந்து ஓடிப்பிடித்து விளையாட ஆரம்பித்தான். அங்கே அத்தைகளும் அம்மாவும் ஒரு பக்கம் அமர்ந்து பேசிக்கொண்டிருந்தார்கள். ஓடிய வேகத்தில் ராதை தடுமாறி ஊறுகாய் ஜாடிகளின் மேல் விழ, அவைகள் உருண்டு, உடைந்து, ஊறுகாய்கள் சிதறி கொட்டின. கொட்டிய ஊறுகாய்களின் சிவப்பு மிளகாய் மசாலாக்களில் சிவப்பு ரத்தமும் கலந்ததை யாரும் கவனிக்கவில்லை.ஆம், ஓடிய வேகத்தில் ராதையின் காலில் உடைந்த ஜாடியின் ஒரு துண்டு ஆழமாக இறங்கியதும் ரத்தம் பீறிட்டு வந்தது.

அத்தைகளும், ரமணனின் அம்மாவும் ஊறுகாய்கள் வீணானதைப் பெரிதுபடுத்தி ராதையை திட்டிக் கொண்டிருந்தனர். பாரம்பரிய ஊறுகாய் ஜாடிகள் உடைந்ததை அபசகுனமாகக் கூறி வீட்டுப்பெண்கள் பேசவும் ஆண்களும் ராதையிடம் அந்நியோன்யமாக

பேசுவதைத் தவிர்க்க ஆரம்பித்தனர். ராமானுஜம் ஏற்கனவே ஒரு சங்கோஜி; யாரிடமும் அதிகம் பேசமாட்டார்; ராதையிடமும் அப்படித்தான். ஒருநாள் வீட்டுப் பெண்கள் மூவரும் கோவிலுக்கு போய் இருந்தனர். "நீ ஏன் போகவில்லை, சித்தி?" என ரமணன் கேட்டதற்கு, "கால் வலி; அதனால் போகவில்லை" என ராதை சொன்ன பிறகுதான் ரமணனுக்கு தெரியவந்தது பீங்கான் துண்டு குத்திய இடம் செப்டிக் ஆகி விட்டது என்பது. சித்தப்பாவிடம் சென்று விஷயத்தைக் கூறி உடனடியாக டாக்டரிடம் காட்ட வேண்டும் என வற்புறுத்தினான். சித்தப்பாவும் நிலைமையைப் புரிந்துகொண்டு ராதையை டாக்டரிடம் அழைத்துச் சென்றார். ரமணனும் உடன் சென்றான்.

டாக்டர் காயத்தை சுத்தம் செய்து, மருந்து போட்டு கட்டிய பின், "தண்ணீர் படாமல் பார்த்துக் கொள்ளுங்கள்" எனச் சொல்லி சில மாத்திரைகளையும் எழுதிக்கொடுத்தார். தண்ணீரில் புழங்காமல் நாட்களை நகர்த்துவது பாரத வீட்டுப் பெண்களுக்கு இயலாத காரியம். ராதை மட்டும் இதற்கு விதிவிலக்கா என்ன! மேலும் டாக்டரிடம் காண்பித்ததில் தன் கடமை அத்தோடு முடிந்தது என்று ராமானுஜர் நினைத்தார். அதன்பின் ராதையின் காலை பற்றி அவர் அக்கறை கொள்ளவே இல்லை. ராதையும் மாத்திரைகள் சாப்பிட்டதில் வலி குறைந்ததால் இனி சரியாகிவிடும் என்ற எண்ணத்தில் மெத்தனமாக இருந்து விட்டாள்.

ரமணனின் ஸ்கூல் படிப்பு முடிந்து சென்னை அடையாறில் உள்ள ஐஐடியில் படிக்க வாய்ப்பு கிடைத்த மகிழ்ச்சியில் எல்லோரிடமும் விடைபெற்று சென்று விட்டான். கல்லூரியில் சேர்ந்து ஒரு மாதம் ஆனது. அவனைப் பார்க்க அவன் அப்பா மதுரையில் இருந்து வந்திருந்தார். மிகவும் மகிழ்ச்சியோடு வரவேற்று தன் கல்லூரி அனுபவங்களைச் சொன்னவன் குடும்பத்தில்

எல்லோரையும் விசாரிக்க ஆரம்பித்தான். அம்மா,அத்தை, அவர்கள் குழந்தைகள் என சொல்லிக்கொண்டு வந்த அப்பா தன் தம்பி பற்றி பேச ஆரம்பிக்கும்போது தயங்கினார்."சித்தப்பா, சித்தி எப்படி இருக்கிறார்கள்?" என ரமணன் மிகவும் ஆவலாக கேட்கவும், இனியும் சொல்லாமல் மறைக்க முடியாது என்பதால்,"சித்தி ஆஸ்பத்திரியில் இருக்கிறாள். சித்தப்பாவிற்கு நம்பிக்கை இல்லை. ஏதோ எலும்பு புற்றுநோய் என்று கூறுகிறார்களாம்."என சொன்னதும் ரமணனுக்கு அதிர்ச்சி. அப்பாவுடன் சித்தியை பார்க்க தான் மதுரை வருவதாக சொன்னதும் மறுக்க முடியாமல் இருவருமாக மதுரை திரும்பினர்.

வீட்டுப்பெண்கள் இப்போதும் ராதையைப் பற்றி குடும்பத்திற்கு ஆகாதவள் என பேசினார்களே தவிர யாருமே கவலைப் பட்டதாகத் தெரியவில்லை.ரமணன் உடனே ஆஸ்பத்திரிக்கு சென்று சித்தியைப் பார்த்தான். அழகு, இளமை என அனைத்து பொலிவையும் இழந்து கிழிந்த நாராய் கட்டிலில் இருந்தாள் ராதை. டாக்டர்களிடம் கேட்டதில்," அடிபட்ட காலை ஆரம்பத்திலேயே கவனித்து இருந்தால் இந்த அளவுக்கு புரையேறி இருக்காது. இப்போது எலும்பை தாக்கியதில் புற்றுநோய் ஆகிவிட்டது. வீட்டில் யாரும் கவனிக்காததால் மிகவும் சீரியஸ் ஆகிவிட்டது. அவர்களுக்கு வலி தெரியாமல் இருக்க மயக்க மருந்து தான் கொடுக்க வேண்டியிருக்கிறது." என சொன்னதும் ரமணனுக்கு முதலில் குடும்பத்தினரின் மீது அதிக கோபம் ஏற்பட்டது.

அமைதியாக சித்தியின் அருகில் அமர்ந்து அவளை பார்க்கும் போது தான் தோன்றியது இவள் ஏன் தன்னை இப்படி வருத்திக் கொண்டிருந்திருக்கிறாள்? தானே முன்வந்து தன்னை கவனித்துக் கொண்டிருந்திருக்கலாம். சுதந்திரப் பறவையாக தன்னை நினைக்காமல்

சிறகொடிந்த பறவையாக அவள் ஏன் தன்னை மாய்த்துக் கொண்டாள் என்று சித்தி மீது பச்சாதாபம் கொண்டான்.

5.அழாதே பெண்ணே, அழாதே

அழாதே பெண்ணே அழாதே

மனித மனம் மிக சக்திவாய்ந்தது. நவரச மிக்க உணர்வுகளால் நம் வாழ்க்கையை நடத்திச் செல்வதே இந்த மனம் தான். நவரச உணர்வுகளில் காதல் என்பது இயல்பானது. ஆனால் நடுத்தர குடும்பங்களில் ஒருபெண் மற்றொரு பெண்ணின் இயல்பாக அரும்பிய காதல் உணர்வுகளை நசுக்குவது நாம் நம் கண்கூடாக யதார்த்த வாழ்க்கையில் பார்க்கும் நிகழ்வுதான் இது.

கண்மணிக்கு கல்யாணம். பார்வதி அம்மாவின் செல்ல மகள் கண்மணி. தனது ஒரே தங்கை கண்மணியின் திருமணத்தை மிகவும் ஆடம்பரமாக நடத்த ஏற்பாடுகளை செய்து கொண்டிருந்தான் அவளது அண்ணன் கார்த்திக். கம்ப்யூட்டர் என்ஜினீயர் என்பதால் கை நிறைய சம்பளம் வாங்கும் ஆண் அழகன் தான் கார்த்திக். பார்வதி அம்மாள் தன் மகள் கண்மணியின் திருமணத்திற்கு பின் தன் மகனின் திருமணமும் மிகவும் கோலாகலமாக நடைபெற வேண்டும் என எண்ணியிருந்தார். நடுத்தர குடும்பத்து தாயல்லவா அவள்!

கண்மணிக்கு திருமண அலங்காரத்திற்காக அவர்களின் தூரத்து உறவுப் பெண் மல்லிகாவை ஏற்பாடு செய்தார்கள். மல்லிகா குடும்ப சூழ்நிலை காரணமாக மேற்படிப்புக் போன்ற கனவுகளை ஒதுக்கிவைத்துவிட்டு

வயதான தாய் தந்தையை காப்பாற்ற கைத்தொழில் கடவுள் என்ற உண்மையை உணர்ந்து காலத்திற்கேற்ற பியூட்டிஷியன் கோர்ஸ் படித்து தக்க சான்றிதழ்களுடன் தன்னம்பிக்கையுடன் ப்யூடி சென்டர் ஆரம்பித்து நடத்திக் கொண்டிருந்தாள்.

அழகுக்கு அழகு சேர்ப்பது ஒப்பற்ற கலை அல்லவா! கண்மணியின் அழகுக்கு அழகு சேர்ப்பதில் மல்லிகா தனது திறமைகள் அனைத்தையும் உபயோகித்தாள். கண்மணியை பூரண பிரைடல் மேக்கப்பில் பார்த்த கார்த்திக்கும், பார்வதி அம்மாளும் மல்லிகாவை வாய்க்கு வாய் பாராட்டினார்கள். திருமண விழா மருதாணி விழா, நிச்சயதார்த்தம், ரிசப்ஷன், சம்மந்தி விருந்து என ஐந்து நாட்கள் நடந்தன. ஊர் பெரியவர்கள், உற்றார் உறவினர்கள் அனைவரும் வந்திருந்தனர். பார்வதி அம்மாளும் அவர் கணவரும் அனைவரையும் அன்போடு வரவேற்று உபசரித்தனர். மல்லிகாவும் உறவுக்காரப் பெண் என்பதால் ஐந்து நாட்களும் திருமண வைபவத்தில் கலந்து கொண்டாள்.

கார்த்திக்கும் வந்தவர்கள் அனைவரையும் அன்புடன் கவனித்தான்.இத்திருமண வைபவத்தின் போது சில பெரியவர்கள் உறவில் கார்த்திக்கும் மல்லிகாவும் முறைப்பையன்,முறைப்பெண் என சொல்லிக் கொண்டிருந்தார்கள். மல்லிகாவும் மணப்பெண்ணை அலங்கரிப்பதில் முழுமூச்சாக இருந்தாலும் அவளும் பெண்தானே; அவள் மனம் கார்த்திக்கை நினைக்க ஆரம்பித்தது.

திருமணம் முடிந்து மணப்பெண்ணை புகுந்த வீட்டிற்கு அனுப்பி ஆயிற்று. உறவினர்களையும் வழி அனுப்பியாயிற்று. வீட்டில் பார்வதி அம்மாள் மட்டும் தனித்து இருந்தார். கார்த்திக்கிற்கு வெளிநாட்டில் வேலை அவன் ஆசைப்படியே அமைந்துவிட்டது. உடன்

புறப்படவேண்டும். அம்மாவும் அப்பாவும் அவனுடன் புறப்பட ஏற்பாடாயிற்று.

விவரம் அறிந்தாள் மல்லிகா. தன் மன உணர்வுகள் அவர்களுக்கு புரிந்திருக்கும் தானே? கேள்வியை மனதிலேயே கேட்பதில் பயனில்லை என்பதால் மாலையில் தன் வேலைகளை சென்டரில் தனக்கு உதவும் பெண்ணிடம் ஒப்படைத்துவிட்டு பார்வதி அம்மாளுக்கு பிடித்த மஞ்சள் நிற ரோஜா பூங்கொத்து ஒன்றை வாங்கிக்கொண்டு அவர்கள் வீடு நோக்கி சென்றாள்.

வீடு ஏறக்குறைய காலியாக இருந்தது. அங்கேயும் இங்கேயும் சிலஅட்டைப் பெட்டிகள். பார்வையை புரிந்துகொண்ட பார்வதி அம்மாள் சொல்லத் தொடங்கினார், "ஆமாம்.... எல்லாம் பேக் செய்து கார்கோவில் அனுப்பி ஆயிற்று. இன்னும் இரண்டு தினங்கள் தானே இருக்கிறது பிளைட்டுக்கு". மல்லிகாவால் தன் உணர்வுகளை கட்டுப்படுத்த இயலவில்லை.ப்யூடிஷியன் என்றால் கலை உணர்வு மிக்க கலைஞர்கள் தானே! அவர்களுக்கும் மனம் உண்டு; உணர்வுகள் உண்டு தானே! மல்லிகா மெதுவாக," நீங்கள் செல்லும் ஊர்.........?"என பேச்சை ஆரம்பித்தாள்.

பார்வதி அம்மாள் உடனே,"எனக்கு எங்கம்மா அதெல்லாம் புரியுது;அப்பாவும் பிள்ளையும் தான் பேசிக் கொள்வார்கள்; என்னை இங்கே வா என்றால் வருவேன்; உட்கார் என்றால் உட்காருவேன்."என்று சொன்னதும், மல்லிகாவின் மனம் உடைந்தது; கண்கள் கலங்கின.பார்வதி அம்மாளே தொடர்ந்து,"உன்னை உட்கார வைத்து பேசக்கூட நேரமில்லை. உனக்கு காபி கலந்து கொடுக்கக் கூட முடியாமல் இருக்கிறேன்." என சொல்லிப் 'போகிறாயா' என்பது போன்ற ஒரு

பார்வையை மல்லிகா மீது வீசினார். மல்லிகாவின் சுயமரியாதை விழித்துக்கொண்டது.எழுந்து, "அப்ப நான் வரேன் மாமி, எதற்கும் ஊர் போய்ச் சேர்ந்ததும் எனக்கு லெட்டர் போடுவீர்கள் அல்லவா....." என சொல்லிக்கொண்டே தன் கைப்பையிலிருந்து விசிட்டிங் கார்டை எடுத்துக் கொடுக்க முயலும் போது அவள் கைகளை பற்றிக்கொண்டு," அதற்கெல்லாம் எங்களுக்கு எப்போது ஒழியுமோ.... நீ சிரமப்பட வேண்டாம். அம்மா அப்பாவை கேட்டதாகச் சொல்." என்று சொல்லி வாசல் கதவை திறந்து வைத்தார் பார்வதி அம்மாள்.

கேட்டின் வெளியே வந்து தன் ஸ்கூட்டரை ஸ்டார்ட் செய்யும்போது தான் கவனித்தாள் மல்லிகா தன் கண்களில் இருந்து கண்ணீர் வருவதை. அப்போது தூரத்தில் ஒரு ஒலிபெருக்கியில்," பெண்ணே தான் பெண்ணுக்கு எதிரியாக மாறுவார்கள். எனவே பெண்ணே நீ அழக்கூடாது. நீ அழுதால் இவ்வுலகம் தாங்காது.அழாதே பெண்ணே அழாதே" என்று முழங்கிக் கொண்டே இருந்தார்கள்.

6.பிறந்தநாள் பர

பிறந்தநாள் பரிசு

செ‌ன்னை நகரின் அரசாங்க அலுவலகத்தின் உயர் அதிகாரி சுந்தரத்தின் ஒரே மகன் ஆதி. 9 வயது கடந்த மகன் ஆதியின் பிறந்த நாளை மிகவும் ஆடம்பரமாக கொண்டாட நினைத்தார் அவனது அப்பா சுந்தரம். உயர்மட்ட நடுத்தரவர்க்க குடும்பமானதால் அம்மாவும் அப்பாவும் தங்கள் உறவினர்கள், நண்பர்கள் முன்னிலையில் தங்கள் ஆடம்பர வாழ்க்கையை பிரகடனம் செய்வதில் தயக்கம் காட்டியதில்லை. இதற்காகவே தங்கள் ஒரே மகன் ஆதியை சென்னையில் அவர்கள் வசிக்கும் பகுதியிலேயே இருக்கும் உயர்ந்த பள்ளியில் சேர்த்து படிக்க வைத்தனர்.

பிறந்தநாள் அழைப்பிதழ் தயாரானது. சுந்தரம் முதலில் அழைப்பிதழ்களை தன் அலுவலக அதிகாரிகளுக்கு வழங்கினார்.அவர் மனதில் தன் உயர் அதிகாரி தன் வீட்டிற்கு வர வேண்டும்; தன் உயர்ந்த ஆடம்பர வாழ்க்கை கண்டு வியக்க வேண்டும் என்பதே நோக்கமாக இருந்தது. இதற்காகவே உயர் அதிகாரி திரு.படேல் அவர்களை மிகவும் வருந்தி அழைத்து இருந்தார்.

ஆதி தன்னுடன் படிக்கும் அரவிந்த், அசோக், மகேஷ், ரமேஷ் முதலிய நண்பர்களைத் தன் பிறந்த நாள் கொண்டாட்டத்திற்கு வருமாறு அழைத்திருந்தான்.

அவனது நண்பர்களில் அவனுக்கு மிகவும் பிடித்தவன் மகேஷ் தான். ஒரு மாதத்திற்கு முன்பே தன் நண்பர்களிடம் தன் பிறந்த நாள் கொண்டாட்ட ஏற்பாடுகளைப் பற்றி ஒவ்வொரு நாளும் கதை கதையாக கூறிக் கொண்டிருந்தான்.ஆதியின் அப்பா சுந்தரம் சென்னை நகரில் உயர் அரசாங்க அதிகாரிகள் வாழும் அண்ணாநகர் பகுதியில் பெரிய சொகுசு பங்களா கட்டி இருந்தார். அந்தப் பெரிய வீட்டில் தன் பிறந்த நாள் கொண்டாட்டத்திற்காக வண்ண வண்ண அலங்காரப் பூக்களாலும் பலூன்களாலும் எவ்வாறெல்லாம் அலங்கரிப்பார்கள் தெரியுமா என்று தன் நண்பர்களிடம் ஆதி முதல் நாள் விவரித்துக் கொண்டிருந்தான்.

மறுநாள்,"வீட்டில் கேக் செய்ய மாட்டார்கள், 'க்ரீம் கிங்' ஷாப்பில் ஆர்டர் செய்து வரவழைக்க ஏற்பாடு செய்திருப்பதாக கூறினான். அடுத்த நாள் தன் நண்பர்களிடம்,"உங்களுக்கு என்ன ஜூஸ் பிடிக்கும்?" என கேட்க, ஆளுக்கொரு ஜூஸாக ஆரஞ்சு, லெமன், கிரேப், ஆப்பிள் என சொல்லவும், தன் பிறந்த நாளன்று அவர்கள் அருந்தி மகிழ அவர்களுக்கு பிடித்த ஜூஸ் வழங்க ஏற்பாடு செய்யப்பட்டிருப்பது குறித்து மிக மகிழ்ச்சியுடன் சொன்னான். அவர்கள் அனைவரும் எவ்வளவு விரும்புகிறார்களோ அவ்வளவு ஜூஸ் குடிக்கலாம்; யாரும் திட்ட மாட்டார்கள் என்று சொல்லி நண்பர்கள் அனைவரும் சிரித்து கனவில் மிதந்தனர்.

பிறந்தநாள் கேக் வெட்டிய பின் எல்லோருக்கும் சாக்லேட் கொடுப்பார்கள்; எல்லோருக்கும் பெரிய பலூன் கொடுப்பார்கள்; பலூன்களை 'டப், டப்' என வெடித்து கொண்டாடுவார்கள்; அதன்பின் ஆதி தன் நண்பர்கள் அனைவருடனும் சேர்ந்து நின்று போட்டோ எடுத்துக் கொள்ளலாம் என்று பிறந்த நாள் கொண்டாட்ட நிகழ்வுகளை பற்றி பேசி மகிழ்ந்து கொண்டிருந்தான்.

பிறந்த நாள் வந்தது. நண்பர்கள் அனைவரும் வந்து சேர்ந்தனர். வந்ததும் நண்பர்கள் ஆதியிடம் தங்கள் பெற்றோர்கள் 8 மணி வரை தான் இருப்பார்கள், அதன்பின் நாங்கள் கிளம்பி விடுவோம் என்று சொன்னதும் ஆதியும் 8 மணிக்குள் பிறந்தநாள் கொண்டாட்ட நிகழ்ச்சிகள் நடந்து விடும் கவலைப்பட வேண்டாம் என உறுதியளித்தான். ஆனால் நடந்ததோ வேறு. அப்பாவின் உயர் அதிகாரி நேரத்திற்கு வரவில்லை.அவர் வந்த பின்தான் கேக் வெட்ட வேண்டும் என்று அப்பா சொன்னதும் ஆதிக்கும் அவனது நண்பர்களுக்கும் ஏமாற்றம் ஆயிற்று. நண்பர்களின் பெற்றோர்களும் உறவினர்களும் முணுமுணுக்க ஆரம்பித்தார்கள். எட்டு மணி ஆனதும் நண்பர்கள் புறப்பட ஆரம்பித்தார்கள். ஆதித் தன் நெருங்கிய நண்பன் மகேஷை தன்னுடன் இருக்குமாறு சொன்னான். ஆனால் அவர்கள் வசிக்கும் வீடு வெகு தொலைவில் உள்ளதால் அவனது பெற்றோர் நாளை பள்ளி செல்ல வேண்டும் என்று சொல்லி மகேஷை அழைத்துக் கொண்டு சென்றுவிட்டனர். ஆதி அழ ஆரம்பித்தான். கேக் வெட்டாமல் நண்பர்கள் சென்றதால் ஏமாற்றத்திற்கு ஆளான ஆதி தன் அறைக்குள் சென்று அழுது கொண்டே படுத்தவன் தூங்கிவிட்டான். பல நாள் கனவுகள் கானல் நீராய் கலைந்தது.

எட்டு மணிக்கு மேல் திரு.ப..டேல் வந்தார். அப்பா உடனே சுறுசுறுப்பாக எல்லோரையும் அறிமுகப்படுத்திவிட்டு ஆதியை கூப்பிட்டார். அம்மா உடனே ஆதியை தூக்கத்திலிருந்து எழுப்பி அழைத்து வந்தார்.படேல் தன் வலது கையை நீட்டி,"ஹேப்பி பர்த் டே டு யூ!" என்று சொன்னதும், ஆதி முறைத்துக் கொண்டு நின்றானே தவிர தன் கையை நீட்டி குலுக்க மறுத்தான். அப்பாவும் அம்மாவும் மிகவும் சங்கடப்பட்டுப் போனார்கள்.அப்பா அதட்டலாக," ஆதி, அங்கிளுக்கு

தேங்க்யூ சொல்"என்று சொன்னதும் ஆதிக்கு வந்ததோ அழுகையும் கோபமும். உடனே அப்பாவைப் பார்த்துக் கத்த ஆரம்பித்தான்," நான் அங்கிளுக்கு தேங்க்யூ சொல்ல மாட்டேன்; நான் கேக் வெட்ட மாட்டேன்;என் பிரண்ட் மகேஷ் போய்விட்டான்; நான் ஏன் இந்த அங்கிளுக்காக கேக் வெட்டணும்? நான் கேக் வெட்ட மாட்டேன்" என்றான். அப்பா சிறிதும் யோசிக்காமல் பளார் என அவன் கன்னத்தில் அறைந்து விட்டார். ஆடம்பர வாழ்க்கையில் மூழ்கிய அப்பா தன் பையனின் பிறந்தநாள் பரிசாக கொடுத்தது கன்னத்தில் பளாரென்று ஒரு அறை. கன்னம் தடித்துப் போனது. சிவந்த கன்னத்தில் விரல்களின் தடம் தெரிந்தது. ஆதி அம்மாவிடம்," நான் நாளை ஸ்கூலுக்குப் போகமாட்டேன்" என்று சொல்லி விசும்பினான்.

7.மாறியும் மாறாத ஒப்பந்தங்கள்

மாறியும் மாறாத ஒப்பந்தங்கள்

கதையின் நாயகி நர்ஸ் மேரி. பொதுவாக ஆஸ்பத்திரியில் எல்லோருக்கும் அவளை சிஸ்டர் மேரி என்பதைவிட சிடுமூஞ்சி மேரி சிஸ்டர் என்று சொன்னால்தான் புரியும். அந்த அளவிற்கு சிடுசிடுவென ஆஸ்பத்திரியில் வலம் வரும் மேரியின் சிறுமிப் பருவம் குறும்புத்தனமும் கும்மாளமுமாக இருந்தது தான்.

நம் நாடு சுதந்திரம் வாங்கிய போது மக்கள் தொகை 30 கோடி. மக்கள் தொகை கட்டுப்பாடு பேசப்படாத காலகட்டம். மேரியின் தாய் தகப்பனாருக்கு அந்த சமயத்தில் மொத்தம் எட்டு குழந்தைகள்; முதல் நான்கு பெண் குழந்தைகளுக்கு பின் வரிசையாக மூன்று ஆண் குழந்தைகள்; இவர்களின் கடைக் குட்டியாக பிறந்தவள்தான் மேரி, கடைக்குட்டி என்பதாலேயே மிகுந்த செல்லம். 4,5 வயது சிறுமியாக இருக்கும்போது சுட்டித்தனம் அதிகமாயிற்று. குடும்பத்தினருடன் ஞாயிறுதோறும் சர்ச் போவது வழக்கம். சர்ச்சில் வழிபாடு நடக்கும் போது மேரி மட்டும் தன் வயது குழந்தைகளோடு சர்ச்சுக்கு வெளியே உள்ள திறந்த வெளியில் ஓடிப் பிடித்து விளையாடுவாள். அங்கே இருக்கும் கடைகளில் தான் கேட்பதை அப்பா வாங்கி

கொடுக்காவிட்டால் தரையில் விழுந்து புரண்டு அழுவாள். 7,8 வயதிலும் வழிபாட்டில் கலந்து கொள்ள விருப்பம் இல்லாமல் மற்ற குழந்தைகளுடன் சேர்ந்து கொண்டு சர்ச்சுக்குப் பக்கத்து மாந்தோப்பில் சுவர் ஏறி குதித்து சென்று மாங்காய் அடித்து சாப்பிடுவாள். அப்பா கூப்பிடும் சத்தம் கேட்டால் மீண்டும் சுவர் ஏறி குதித்து ஓடி வரும் போது காலில் அடிபட்டாலும் அதை வெளிக்காட்டாமல் துள்ளிக் குதித்து ஓடி வருவாள். இவ்வாறு சுட்டித்தனத்துடன் தான் அவளது சிறுமிப் பருவம் கடந்தது.

அவளுக்கு வயது வரும் சமயத்தில் வீட்டில் மூத்த பெண்கள் திருமணமாகி ஒவ்வொருவராக தத்தம் கணவருடன் மாமியார் வீடு போய் விட்டார்கள். அண்ணன்களும் கல்லூரி, படிப்பு,வேலை என வெளியூரில் தங்க ஆரம்பித்தனர். மேரி மட்டுமே வீட்டில் அப்பா அம்மாவுடன். எப்போதும் போல் இப்போதும் மேரி சர்ச்சில் வழிபாட்டில் உட்காராமல் வெளியேதான் விளையாடிக் கொண்டிருப்பாள். ஒரு நாள் அன்று விளையாட ஒரு புதுப் பையன் வந்து சேர்ந்தான். அவன் பெயர் ஜோசப். பார்க்க அழகாக நிறமாக இருந்தான். சுருள்முடி அவன் முகத்திற்கு வசீகரத்தை அளித்தது. முதல்நாள் சந்திப்பிலேயே மேரிக்கும் ஜோசப்பிற்கும் பிடித்துப்போனது. இருவரும் நட்புடன் பேசி சிரித்து விளையாடினர்.

ஒரு நாள் ஜோசப் மேரியிடம் தன் விருப்பத்தைத் தெரிவித்தான். இரண்டும் கெட்டான் வயது என்பதால் மேரிக்கு முதலில் எதுவும் புரியவில்லை. சில மாதங்கள் ஆயின. மேரிக்கும் ஜோசப்பின் மீது நம்பிக்கை வரலாயிற்று. இருவரும் பள்ளிப்படிப்பு முடிந்ததால் அவரவர் பாதையில் செல்லும் காலம் வந்தது. மேரிக்கு வாழ்க்கையின் லட்சியம் நர்சாக வேண்டும் என்பது.

உள்ளூர் கல்லூரியில் நர்ஸ் கோர்ஸ் இருந்ததால் மேல்படிப்பை தொடர தடை இல்லாமல் இருந்தது. ஆனால் ஜோசப் சிரித்து சிரித்துப் பேசினாலும் தன் வாழ்க்கை லட்சியத்தை அடைய எந்த ஊருக்கும் செல்ல புறப்படத் தயாராக இருந்தான். அவன் விருப்பப்படியே பெங்களூரு ஏரோநாட்டிக் இன்ஜினியரிங் படிக்க இடம் கிடைத்ததும் கிளம்ப ஏற்பாடாயிற்று.

புறப்படும் முன் சர்ச்சின் வெளியே வழக்கம்போல் சந்திக்கும் இடத்தில் மேரியை சந்தித்து அவள் கையில் சத்தியம் செய்து கொடுத்தான்.தான் படிப்பு முடிந்து வந்ததும் அவளை ஏற்றுக் கொள்வதாக.

வருடங்கள் ஓடின. மேரியின் நர்ஸ் ட்ரெயினிங் முடிந்து உள்ளூர் ஆஸ்பத்திரியில் நர்ஸ் வேலை கிடைத்தது அவளுக்கு மட்டுமல்ல அம்மா அப்பாவிற்கும் சந்தோஷம். ஏனென்றால் அவ்வயதானவர்களை கவனிக்க தற்சமயம் மேரியை விட்டால் வேறு யாருமில்லை. மற்ற பிள்ளைகள் அனைவரும் தத்தம் வாழ்க்கையில் பிஸியாகிவிட்டனர்.

மேரிக்கும் நல்ல வாழ்க்கை துணை அமைய வேண்டி அம்மா அப்பா இருவரும் ஞாயிறுதோறும் சர்ச்சில் கர்த்தரிடம் வேண்டிக்கொள்வார்கள். மேரி இப்போதெல்லாம் சர்ச் வழிபாட்டில் மிகவும் ஈடுபாட்டோடு கலந்து கொள்ள ஆரம்பித்தாள். படிப்பு முடிந்து ஜோசப் லீவில் ஊருக்கு வந்தான். மேரி மிக ஆவலுடன் அவனைப் பார்க்கச் சென்றாள். சர்ச்சில் இருவரும் சந்தித்தனர். ஜோசப்பின் நடை உடை பாவனைகள் மிகவும் மாறித் தெரிந்தன. அவன் பைலட் டிரெயினிங்கிற்காக மீண்டும் பெங்களூரு செல்ல வேண்டும். வேலை கிடைத்தபின் பல நாடுகளுக்கு பறக்கும் கனவில் மிதந்து கொண்டிருந்தான்.மேரியும் தன் வாழ்க்கை கனவுகளோடு அவனைப் பார்த்தாள். அவனோ

34

தத்துவம் பேசினான்,'' நாம் வாழ்க்கையில் சில நேரங்களில் சில விஷயங்களை அட்ஜஸ்ட் செய்து போவதுதான் எல்லோர் முன்னேற்றத்திற்கும் நல்லது. மூன்று வருடங்களுக்கு முன் நமக்குள் பக்குவம் இல்லாமல் நாம் செய்து கொண்ட ஒப்பந்தங்களை இப்போது பரிசீலனை செய்ய வேண்டும்; உன் பாதை வேறு; லட்சியம் வேறு; என் பாதை வேறு; என் லட்சியம் வேறு; எனவே நாம் நடந்ததை மறப்போம்; இனி நடக்கப் போவதை நினைத்து வாழ்வோம்.'' என மிக அலட்சியமாக அவன் பேசுவதை கேட்ட மேரிக்கு ஏமாற்றத்தை விட வியப்புதான் அதிகமானது. ஜோசப் மாறுவான் என்று அவள் கனவிலும் நினைத்தது இல்லை. அவனை மனப்பூர்வமாக நம்பினாள். அவனோ அசால்ட்டாக அவளை உதறி விட்டு போய்விட்டான்.

மேரி அழவில்லை; அரற்றவில்லை; அமைதியானாள். ஜோசப்பை பொறுத்தவரை அது மாறிய ஒப்பந்தம். ஆனால் மேரியை பொறுத்தவரை அது மாறியும் மாறாத ஒப்பந்தமாக அவள் வாழ்வில் நிலைத்து விட்டது. திருமண ஆசைகளை உதறிவிட்டு, வலி வேதனை என வரும் நோயாளிகளின் உலகத்தில் அவள் தன்னை ஐக்கியப்படுத்திக் கொண்டாள். வேலையில் மனதை செலுத்தி ஒரே நினைவாக வலம் வந்தாலும் அவள் முகம் மட்டும் அவ்வப்போது சிடுசிடுவென கடுப்பாகிவிடும்.அதனாலேயே ஐம்பது வயதிலும் திருமணம் செய்து கொள்ளாமல் சிடுசிடுவென வலம் வரும் மேரியை பலரும் சிடுமூஞ்சி மேரி என அழைப்பது வழக்கம் தானே !

8.பாசமலர்களின் பரிதவிப்பு

பாச மலர்களின் பரிதவிப்பு

முருகன் முன்னால் வர பின்னால் பெட்டி படுக்கை ஏந்தியபடி வந்தார் பெரியண்ணா.சம்பந்தி அம்மாளுக்கு வணக்கம் செய்ததும் அவர் மிகவும் அன்புடன் விசாரித்தார்,"எப்பொழுது வந்தீர்கள்.... ரயில் தாமதம் இல்லையே.... ஆமாம்..... இப்ப எல்லாம் ரயிலை நம்பமுடியவில்லை. நல்லது......வீட்டில் எல்லோரும் நலம்தானே? மருமகள் எப்படி இருக்கிறாள்? குழந்தைகள் இப்போ ஸ்கூலுக்கு போவார்கள் இல்லையா....... பெரியவன் நாலாவது போகிறான் என்று கேள்விப்பட்டேன். வயசாயிடுச்சு இல்லையா..... ஞாபகசக்தி குறைந்து கொண்டு வருகிறது."

அம்மாளிடம் உள்ள சுவாரசியமே இதுதான். தானே கேள்வியும் கேட்பார்கள்; தானே பதிலையும் சொல்வார்கள்.அவர்களின் கேள்வி பதில்களுக்கு இடையே பெரியண்ணா ரொம்பவும் சிரமப்பட்டு,"ஆமாங்க.. வேற என்னங்க...அப்படியே தாங்க.." என்று சொல்லி நிற்கும்போதே ப்யூன் வந்து அம்மாவிற்கு சலாம் செய்து,"அம்மா, அந்த ஐயா உங்களைப் பார்க்க வந்திருக்காங்க."என்று சொல்லி மரியாதை நிமித்தம் தன் கலைந்திருந்த சிவப்பு தோள்பட்டையை சரிசெய்து நின்றான்.

" யார்?…..சண்முகமா….அட, மறந்தே போனேன்."சம்பந்தி அம்மாள் சிறிது நேரத்தில் சங்கடப்பட்டு போனார்.

" உடனே கூட்டிட்டு வரணுமா இல்லையா….அவர் என்ன அன்னியமா!"

அம்மா மேலும் அதே வேகத்தில் பெரியண்ணா பக்கம் திரும்பி பரபரப்பாக பேசினார், "நல்லது… நீங்கள் கை கால் முகம் கழுவி உடை மாற்றிக் கொள்ளுங்கள். பிரயாணக் களைப்பு இருக்கும். நான் கொஞ்சம்……"பின் என்னிடம் விரிவாகச் சொன்னார், "ஷாலினி, உன் பெரியண்ணாவை அவர் அறைக்கு அழைத்துக்கொண்டு போய் அங்கேயே அவருக்கு டிபன் ஏற்பாடு செய்."

அறைக்குள் வந்ததும் பெரியண்ணா கேட்டார்,

"எப்படி இருக்கிறாய் ஷாலூ?"

" நல்லா இருக்கேண்ணா….அண்ணி எப்படி இருக்காங்க?"

" நல்லா இருக்கா, அவளுக்கென்ன வலி அதிகமானால் தான் கஷ்டப்படுகிறாள்."

"சீனு….? பானு…..?"

"அவர்களுக்கென்ன…. விளையாட்டுத்தனம் அதிகமாயிடுச்சு. எவ்வளவு சொல்… இருவருக்கும் படிப்பில் கவனம் இல்லை."அண்ணாவின் நெற்றிக்கோடுகள் ஆழமாகின.

" கிச்சு என்னை நினைக்கிறானா ? அண்ணா,"

"அவனுக்கு அவ்வளவு நினைவு இல்லை... மூன்று நாள் தான் இருந்தாய்...... போனதடவை வந்தபோது.... இப்போ இரண்டரை வருஷம் போயிருக்கும்." சிறிது நேரம் மௌனம். பின்னர் சொன்னார்," சீனுக்குதான் வரவேண்டும் என்று ஆசை." "அடடா அழைச்சிட்டு வந்து இருக்கலாமே ஏன் அண்ணா அழைச்சிட்டு வரலை ?"

" நீ வேற.. ஸ்கூல்.... படிப்பு..." அண்ணா ஒவ்வொரு காரணமாக அடுக்கிக் கொண்டே போனார்.

வெளியே சம்பந்தி அம்மாள் சண்முகத்துடன் பேசிக்கொண்டிருந்தார்,"அம்மா ஊரிலிருந்து வந்து விட்டார்களாமே.... பியூன் சொல்லிட்டு இருந்தான்.... முந்தா நாள் சாயந்திரம் வந்து விட்டதாக. அவங்க கால் வலி எப்படி இருக்கு....அகிலைக் கேட்டேன்.... ஹோமியோபதி டாக்டர் தான் அற்புதமா பார்த்தார்கள் என்று நீ சொன்னதாக ஞாபகம்.. ஊரில் சீசன் எப்படி இருந்தது? இப்ப எல்லாம் ரொம்பவே குளிராக இருக்குமே.... சரி..கோடையில் இந்த தடவை எங்கே போக உத்தேசம் ? நீ மலைக்கு போக ஏற்பாடு செய்து கொண்டிருக்கிறாய் என்று கேள்விப்பட்டேன். யார்? ஷாலினியா....வீட்டில்தான் இருக்கிறாள்.... முருகா, மருமகள் ஷாலினியை கொஞ்சம் கூப்பிடு."

"இங்கே பார், ஷாலினி, சண்முகம் பெட்டி நிறைய ஆப்பிள் கொண்டு வந்து இருக்கிறான். அவனுக்கு கொஞ்சம் சூடாக காப்பி கொடு."

முருகன் அறைக்குள் தேனீர் தட்டை வைத்து விட்டு போனான். பால், சர்க்கரை எல்லாமே தனித்தனி கப்களில்.

" பெரியண்ணா, சர்க்கரை எவ்வளவு போடட்டும் உங்களுக்கு?"

" கொஞ்சமா போடு... நிறைய வேண்டாம் ."

கேட்ட பிறகுதான் எனக்கு உறைத்தது எனக்கு மட்டும் எப்படி தெரியும் அண்ணா எவ்வளவு சர்க்கரை போட்டுக் குடிப்பார் என்று. இப்படி தேநீர் குடிப்பது எல்லாம் எங்களுக்கு எங்கே தெரியும். பிள்ளைகளுக்கு காலங்காத்தாலே கம்பு, கேழ்வரகு கூழ் மோரோடு செம்பு நிறைய கொடுப்பது வழக்கம்.

"அண்ணா இது சாப்பிடுகிறீர்களா ?"

" இது என்னம்மா ?"அண்ணா அப்பாவியாக கேட்டார்.

" பாஸ்ட்ரி அண்ணா." வேலைக்காரன் எங்கேயாவது நின்று இதைக் கேட்டு விடுவானோ என்று பயந்து கொண்டே சொன்னேன்.

" வேண்டாம்.. வச்சிடு.. முட்டை போட்டிருப்பார்கள்...." அண்ணா மென்மையாக மறுத்து சொன்னார். சிறிது நேரம் மௌனத்தில் கரைந்தது. இருவரிடமும் பல நாட்களுக்குப்பின் பார்த்ததில் உண்டான மகிழ்ச்சியோ ஆவலோ உபசரிப்பில் தெரியவில்லை.உணர்வுக் குவியல்கள் எங்கோ காணாமல் போயிற்று. மீண்டும் மௌனம்.ஷாலினியே மௌனத்தை கலைத்தாள்.

"குளிக்கிறீர்களா .... அண்ணா"

"இப்போது என்ன அவசரம்..சிறிது நேரம் சம்பந்தி அம்மாளிடம் பேசிவிட்டு வருகிறேன்."

" இல்லை அண்ணா, ஷாலினி பரிதவித்து சொன்னாள்,"மாமியார் உங்களை நான் சரியாக கவனிக்கவில்லை என்று நினைப்பாங்க."

" சரி, சரி," அண்ணா சிரித்தார், அப்படின்னா நீ சொல்றபடியே ஆகட்டும். குளித்துவிட்டு வருகிறேன்." சூட்கேசை திறந்து டவல் சோப் எடுத்ததும் நான் அவரை தடுத்தேன். வெளியே ஏன்ணா இதெல்லாம் எடுத்தீங்க. டவல் தான் பாத்ரூமில் இருக்கிறதே..... சோப், எண்ணெய், டவல், எல்லாமே.... நீங்கள் இருக்கப் போவதே கொஞ்ச நாளைக்குத்தான். ஷேவ் செய்வதற்குக் கூட ரேசர் இருக்கிறதே.... உங்கள் பெட்டியை வெளியில் எடுக்க வேண்டாம்." நான் சற்று அதட்டலாகவே சொன்னேன். அண்ணா சொல் பேச்சு கேட்கும் குழந்தை போல் என் பேச்சைக் கேட்டுக் கொண்டார்.

நான் அவருடைய பழைய இற்றுப்போன சாக்லேட் டப்பாவை எங்கே மறந்து விட்டு விட்டுப் போய் விடக் கூடாதே என்ற பயத்தில் பரிதவித்து பேசினேன்.

" அட, உன் வீட்டில் மறந்து விட்டு விட்டுப் போனால் தான் என்ன!" அண்ணா சிரித்துவிட்டு உள்ளே வைத்தார். என் பார்வை அந்த டப்பாவின் உள்ளே கிடந்தவைகளை அவசரமாக நோட்டமிட்டு திரும்பியது. ஒரு சின்ன லேபிள் கிழித்து எறியப்பட்ட கண்ணாடி எண்ணெய் பாட்டில், தேய்ந்துபோன சோப், சீப்பு, சேவிங் ப்ரஷ் இவைகளையெல்லாம் நான் இங்கே வசிக்கும் வேலையாள், குமாஸ்தா, பியூன், காவலாளி ஆகியோர் கைகளில் பார்த்திருக்கிறேன். பரிதவித்து என் கண்கள் பனித்தன. இந்த பெட்டியை அண்ணா மறந்து இங்கே விட்டு விட்டுப் போகக்கூடாது. "குளித்துவிட்டீர்களளா.....அடடா..... துணியையும் துவைத்தீர்களள! ஆயாதான் இருக்கிறாளே..."

"அட.. அவள் பாவம் வயசானவர்... அதோட இப்ப எல்லாம் அண்ணிக்கு வலி அதிகமானால் சீனு, பானு, கிச்சு துணிகளை நான்தான் துவைக்கிறேன்."

நான் பார்த்துக் கொண்டேன் வேலைக்காரன் எங்கேயும் நிற்கிறானோ என்று. அண்ணா பேசிக்கொண்டே உடுப்புகளை மாட்டிக் கொண்டார்.

நான் திகைத்துப் போனேன். அவர் சட்டை முழுவதும் சுருக்கம் சுருக்கமாக இருந்தது. இப்பொழுது நான் சட்டையை எப்படி கழட்டச் சொல்வேன்.

"அகில் பாபு ஆபீஸில் தானே இருப்பார்."

"என்ன சொல்றீங்கண்ணா, பங்களாவுக்கு பக்கவாட்டில் தானே ஆபிஸ் என்று தெரியாதா! ஆனால் சாப்பாட்டுக்காக ஒரு மணிக்கு ரூமை விட்டு வருவார். அவ்வளவு கூட்டம் அங்கே!"

"அப்படி என்றால் அங்கே போறேன். கொஞ்ச நேரம் மாப்பிளையை பார்த்த மாதிரி இருக்கும்."

" விடுங்க அண்ணா ",உடனே நான் இடைமறித்து, "அங்கே உங்களுக்கு போர் அடிச்சிடும். நீங்கதான் சொல்லிட்டு இருந்தீங்களே..... மாமியாரை பார்க்கணும்னு....." என்னால் என் பரிதவிப்பை அடக்கமுடியவில்லை.

அண்ணா எப்போதும் போல் அமைதியாக ,"சரி, சரி வா, மாமியாரை பார்த்து பேசுறேன்."

மாமியார் அண்ணாவோட பேண்ட் சட்டையில் ஒரு பார்வை பார்த்தார். தனக்கே உரிய மிகக் கண்டிப்புடன்," ஷாலினி, இதுதானா

பெரியண்ணாவை கவனிக்கிற முறை? அவர் சட்டையை கொஞ்சம் அயர்ன் செய்து கொடுக்க முடியலையா ? சூட்கேசில் வைத்துக்கொண்டு வந்ததில் சுருக்குசுருக்காகியிருக்கும்.'' என் தலை பணிவால் கவிழவில்லை;குற்ற உணர்வால் கவிழ்ந்தது; குற்ற உணர்வும் அயன் பண்ண முடியவில்லையே என்பதால் அல்ல; இப்படி ஒரு நிலை உருவானதே என்பதால்.

பெரியண்ணா அப்பாவியாக, வெகுளியாக, ஒன்றும் புரியாதவராக என்னையும் மாமியாரையும் மாறி மாறி பார்த்துக் கொண்டிருந்தார். அகில் ஆபீஸ்ல இருந்து மதியச் சாப்பாட்டிற்காக வந்தார். ''ஹலோ அண்ணா, எப்படி இருக்கீங்க ?'' தன் கைகளை நீட்டி அவர் கைகளை தன் கையில் எடுத்துக் கொண்டார்,'' எல்லோரும் நலம் தானே ?'' பெரியண்ணா மகிழ்ச்சியால் தத்தளித்து நெகிழ்ந்தார்.

'' நான் ஒரு நிமிடத்தில் ஷவர்பாத் எடுத்து வரேன்..... முருகா, சீக்கிரமா சாப்பாடு எடுத்து வை.'' அகில் சொன்ன மாதிரி சில நிமிடங்களில் குளித்து வெள்ளை பேன்ட் சட்டையுடன் சாப்பாட்டு அறைக்கு வந்தார். வந்ததுமே 2,3 சிப்ஸ்களை எடுத்து முதலில் அண்ணா பக்கம் கேட்டார். பின் தன் தட்டில் போட்டுக்கொண்டார். மற்றொரு கையால் நெய் தடவிய சப்பாத்தியை எடுத்துக்கொண்டார். ராமுவும் சோமுவும் கூட அப்பா மாதிரியே சப்பாத்திகளை எடுத்துக்கொண்டனர்.

என் நினைவுகள் பின்னோக்கிச் சென்றன. சிறுவயதில் இரண்டு கையாலும் சாப்பாட்டை தொட்டாலே அண்ணா உடனே திட்டுவார்,'' இரண்டு கையாலும்மா சாப்பிடுவாங்க..... நாட்டுப்புறம்....... ஒரு கையால் தான் சாப்பிடவேண்டும். வலது கையால் சாப்பாடு; இடது கையால் தண்ணீர்.''

" ரொம்ப நல்லா செஞ்சிருக்காங்க" அகில் தன் தட்டில் மறுபடியும் போட்டுக் கொண்டு நிறுத்தி," அட அண்ணா, நீங்க எடுத்துக்கிறீங்கள்ா அண்ணா...."

நான் தயங்கினேன்.எனது அண்ணாவும் தயக்கத்துடன் கேட்டார்,"அப்படின்னா ?" "உங்களுக்கு மக்ரோனி தெரியாதா மாமா" என்று சோழு தன் மழலை மொழியில் சிறிது கேலியாக கேட்டான். அகில் சங்கடத்துடன் என் பக்கம் பார்த்தார். நான் பரிதவித்து போனேன். ஆனால் அண்ணாவோ குழந்தையின் மழலை பேச்சை ரசித்து சிரித்தபடி," ஆமாம்.... சோழு பாபு, மாமா இதெல்லாம் சாப்பிட்டதே இல்லை" உண்மையில் அண்ணா முன்பு கொண்டிருந்த சங்கடத்தில் இருந்து விடுபட்டு மனம் விட்டு சிரித்துக் கொண்டிருந்தார்.

இந்த வீட்டில் எல்லாமே நாடகப் பாணியில் தான் நடக்கிறது.அகில் நகரத்தில் உள்ள உயர் மத்திய வர்க்கத்தைச் சேர்ந்த பிரபலமான அரசியல் குடும்பத்தில் பிறந்தவர் ஆவார். திருமணத்தன்று ஊர்வலமாக அழைத்து வரப்பட்ட அன்றிலிருந்து தான் தெரிந்தது பெண் வெளிப்படையாக எதையும் பேச முடியாதுன்னு. 'ஆமாம்', 'இல்லை' இவைகளை தான் பேச முடியும் என்றும் புரிந்தது.

அகிலுக்காக பெண் பார்க்க ஆரம்பிக்க கிராமத்தில் பிறந்த ஜமீன்தார் வீட்டுப் பெண் என்று சொன்னதும் அவளை அடக்கமானவள் என்று நினைத்துக் கொண்டு பெண்ணைப் பார்க்காமலேயே திருமண நாள் குறித்தனர். ஆனால் எப்பொழுது தங்கள் குடும்பத்தாரோடு திருமணத்திற்காக போனார்களோ அப்பொழுது பேச்சு பார்வையில் மாற்றம் தெரிந்ததோ......எல்லாமே மாறியது...அதுமட்டுமல்லாமல் சென்ற திருமண ஊர்வலம் பெண் இல்லாமல் திரும்பக்கூடாது என நினைத்தனர்.அப்பொழுது ஒரு சிறந்த அனுபவசாலியான

பெரியவர் அறிவுறுத்தினார்,"பணம்,பெரிய இடம் என்று பார்க்காமல் இதே இடத்தில் ஒரு சாதாரண குடும்பத்தில் மிக அடக்கமான பெண் மணமகளாக கிடைத்தால் திருமணம் முடிக்க தயாரா ?"

அவ்வளவுதான்...........
பெரியண்ணா அழைத்துவரப்பட்டார்... வீட்டில் எல்லோருக்கும் நம்பிக்கையே வரவில்லை. ஒவ்வொருவரின் கண்களிலும் வியப்பும் ஆவலும் இருந்தன.அண்ணன் தன் சுயமரியாதையை விட்டுக் கொடுக்க விரும்பவில்லை.கொஞ்சமாவது சீர் செய்ய வேண்டும்..... அதற்கு அவகாசம் வேண்டும் அல்லவா.... ஆனால் அகில் சீர்வரிசை வேண்டாம் என்று மறுத்து பெண்ணை மட்டும் திருமணம் செய்து தங்களுடன் புகுந்த வீட்டுக்கு அழைத்துப் போவதாகச் சொன்னார். அவ்வளவுதான் திருமண ஊர்வலம் மிகவும் உற்சாகத்துடன் ஷாலினி மணப் பெண்ணை அழைத்துக் கொண்டு மிகுந்த கௌரவத்துடன் ஊர் திரும்பியது. அன்றிலிருந்து இன்றுவரை மருமகள் ஷாலினியின் உணர்வுகள் சமமாக கவனிக்கப்பட்டன.மிகவும் கவனத்துடனும் எச்சரிக்கையுடனும் அவள் நடந்து கொண்டாள்.இது என் புகுந்த வீடு;சில வருடங்களுக்கு முன்னால் இந்த வீட்டின் சரிய விருந்த கௌரவத்தை சமயத்தில் தக்க வைத்து எழில் மிகுந்த வீடாக மாற்றிக் கொடுத்தேன். என் வாழ்க்கையின் ஒவ்வொரு பகுதியிலும் சரியான இலக்கு இருந்தது. ஆனால் என்னமோ தெரியவில்லை எல்லாம் சரியாக இருந்தாலும் இன்னும் சில விஷயங்கள் பிடிபடவில்லை.

பெண் பிறந்த வீட்டிற்கும் புகுந்த வீட்டிற்கும் பாலமாக வாழ்பவள்.பொருளாதாரீதியில் உயர்ந்த தன் புகுந்த வீட்டின் வாழ்க்கையில் தாழ்ந்த நடுத்தர வர்க்கத்தைச் சேர்ந்த பிறந்த வீட்டின் பெருமை

எடுபடுவதில்லை எனும் போது அப் பெண் பரிதவித்துப்போகிறாள்.

9. டிசைனர் சேலை

டிசைனர் சேலை

நவீன் நடுத்தர குடும்பத்தைச் சேர்ந்த வாலிபன்.எல்லோரையும் போல் அவனும் பள்ளிப்படிப்பு முடிந்ததும் கல்லூரிப் படிப்பு என்று தான் உண்டு தன் படிப்பு உண்டு என்றுஇருப்பவன்.அதிகமாக யாரிடமும் பழகுவதில்லை.இன்றுஅவர்கள் வீட்டில் பெரியப்பா பையனுக்கு திருமணம்.அவர்கள் குடும்பத்தில் தனிக்குடித்தனம் என்ற சொல் சொல்லப்பட்டதில்லை.பெரிய குடும்பம் என்பதால் வீடும் பெரிது.நவீன் தனக்கென ஒதுக்கப்பட்ட அறையில் படிப்பதும் எழுதுவதுமாக தான் உண்டு தன் படிப்பு உண்டு என்று இருப்பான்.வீடுகல்யாணகளையில்அமர்க்களப்பட்டுக் கொண்டிருந்தது. ஆனால் நவீன் அறையிலேயே அடைபட்டுக் கொண்டிருந்தான்.அப்போது அவன் அறை ஜன்னலின் அருகே கொலுசு சத்தமும் சிரிப்பு சத்தமும் கேட்டன.மெதுவாக எழுந்து ஜன்னல் அருகே வந்து பார்த்தான்.வெளியே ஹாலில் தாவணி அணிந்த இளம் பெண்கள் சிலர் பாடி ஆடிக்கொண்டு இருந்தார்கள்.அவர்களில் ஒரு பெண்ணின் இனிமையான குரலும் அவளது நளினமான ஆடலும் நவீனின் மனதை கொள்ளை கொண்டன.இதைத்தான்'முதல் காதல்' என்பார்களோ!

அந்த பெண்ணின் பெயர்ருக்மணி.அனைவரும் அவளை ருக்கி,ருக்கி என்று கூப்பிட்டுக்கொண்டிருந்ததை கவனித்தான்.அவனதுமாமாவின் மனைவி அத்தை ராதாவின் தங்கைமகள்தான்இந்தருக்மணி.திருமணத்திற்காக அனைவரும் வந்திருந்தார்கள்.கதவைத் திறந்து வாசலில் வந்து நிற்கவும் அவன் எதிரே ஆடியபடிருக்மணிவரவும் சரியாக இருந்தது.நவீனை எதிர்பார்க்காத ருக்மணிஒரு கணம் திகைத்து நோக்கினாள்.கண்கள் கலந்தன.

திருமணம் முடிந்து உறவினர்கள் அனைவரும் புறப்பட்டுப் போனார்கள்.வீடு அமைதியாயிற்று.ஒரு ஆண்டு கழித்து கல்லூரிப் படிப்பை முடித்த நவீனுக்கு வேலையும் அமைந்தது.சராசரி பெற்றோர்கள் போலவே நவீனின்பெற்றோர் அவனுக்கு பெண் பார்க்க ஆரம்பித்தார்கள்.நவீனும் சராசரி இளைஞன்தான்.நர்மதாவை பெண் பார்க்கப் போன போது பெண் வீட்டாரின் வசதியான வாழ்க்கையை பார்த்ததும் எல்லோரையும் போல அவனும் திருமணத்திற்கு சம்மதித்தான்.நர்மதா படித்தநாகரீகம் தெரிந்தபெண்.நவீனிடம் தன்னை முழுமையாக ஒப்படைத்தாள்.ஒரு குழந்தையும் பிறந்தது.நவீனின் வாழ்க்கை கல்லூரி,படிப்பு,வேலை,குடும்பம்,குழந்தை என படிப்படியாக ஓடிக்கொண்டிருந்தது.

குழந்தைக்கு ஒரு வயது.பிறந்த நாளை நர்மதா மிகச் சிறப்பாக கொண்டாட எல்லா ஏற்பாடுகளையும் செய்தாள்.உறவினர்கள் அனைவரையும் அழைத்திருந்தாள்.குழந்தையின் பிறந்த நாளன்றும் நவீனுக்கு ஆபீஸில் வேலை.சாயங்காலம் வேலை முடிந்து கேக் வெட்டும் நேரத்தில் தான் நவீன் வீட்டிற்குள் வர முடிந்தது.கேக் வெட்டிய பின் வந்த உறவினர்கள் அனைவரையும் கவனிக்கச் சொல்லி நவீனிடம்நர்மதா சொன்னதால் ஒவ்வொருவராக நலம் விசாரிக்க அவர்கள்

பக்கம் திரும்பினான்.அப்போதுதான் மீண்டும் அந்தக் கண்களைப் பார்த்தான்.ருக்மணி அங்கே வந்திருந்தாள்.அத்தை ராதாவின் பக்கத்தில் தான் அமைதியாக அமர்ந்து இருந்தாள்.'அத்தை நலமா',என கேட்டுக்கொண்டே அவள் பக்கத்து இருக்கையில் அமர்ந்தான்நவீன்.அத்தையும் புன்முறுவலுடன்,"நல்லா இருக்கேன்பா"என்றார்.பின்னர் ஏதோ நினைவு வந்தவராக,உற்சாகத்துடன் அனைவரையும் உபசரிக்கும் நர்மதாவை பார்த்தபடி,"நல்ல மனைவி,அழகான குழந்தை என செட்டில் ஆகிவிட்டாய்"என்று கூறியவர் ருக்மணி பக்கம் பார்த்து,"இவளுக்கும் இப்படி எல்லாம் வாழ்க்கை அமைய வேண்டும் என்று விருப்பம் தான்; நிறைவேற வேண்டுமே...."என பெருமூச்சு விட்டார்."ஏன்......அத்தை,ருக்கிக்கு என்ன குறைச்சல்...."என்று நவீன் சொல்ல ஆரம்பித்ததும்,"அவளுக்கு நேரமே சரியில்லை;மூன்று மாதங்களுக்கு முன்னால் அவள் அம்மா அப்பா ஆக்சிடெண்டில் இறந்து விட்டார்கள்,அதன் பின் அவளை கவனிக்க ஆளில்லை.சொத்து,நகை,பணம் என்று எதுவும் கிடையாது.இருக்கும் படிப்பை வைத்து வீட்டிற்கு பக்கத்தில் உள்ள ஸ்கூல்ல இருந்து டீச்சராக வேலை பார்த்து தன் வாழ்க்கையை ஓட்டிக் கொண்டிருக்கிறாள்.இப்படிப்பட்ட பெண்ணைத் திருமணம் செய்யயார் முன்வருவார்கள்.............நீயே சொல்......"என்றதும் பதில் சொல்ல நவீன் சிறிது நேரம் தடுமாறி விட்டான்.அவர்கள் பேசிக்கொண்டிருக்கும் போதே அந்த நேரத்தில் கூட தன் மனதைச் சிதறவிடாமல் ருக்கி ஒரு சேலையில் ஜரிகை வேலைப்பாடு செய்து கொண்டிருந்தாள்.சிறிது நேரத்தில் அந்த டிசைனர் சேலை அனைவர் கவனத்தையும் கவர்ந்தது.என்னஒரு நேர்த்தியான வேலைப்பாடு!நர்மதா புடவையைப் பார்த்து,"என்ன ஒரு வேலைப்பாடு!நம் கல்யாண

நாளுக்காக இந்த புடவையை வாங்கி இருந்தேன்.அதை ருக்கி எவ்வளவு அழகாக மாற்றிவிட்டாள் பாருங்கள்."என நவீனிடம் சொன்னதும் நவீனின் மனத்தில் எங்கோ ஒரு மூலையில் இருந்த முதல் காதல்மீண்டும்துளிர்விட நினைத்து தோற்றது.

பிறந்தநாள் கொண்டாட்டம் முடிந்ததும் அனைவரும் புறப்பட்டுப் போனார்கள்.திருமண நாள் வந்ததும் நர்மதா,"என்ன புடவை கட்ட?"எனக் கேட்டுக்கொண்டே தன் அலமாரியைத் திறந்தாள்.நவீன் உடனே அந்த டிசைனர் புடவையைக் கட்டிக்கொள்ளசொன்னதும் காதல் ததும்பும் கண்களோடு கணவனைப் பார்த்து சிரித்துவிட்டு ருக்மணி தைத்துக் கொடுத்த டிசைனர் புடவையைக் கட்டிக்கொண்டாள் நர்மதா.

வசதியான வாழ்க்கையை மட்டுமே எண்ணி நவீன் போன்ற இளைஞர்கள் முதல் காதலுக்கு முற்றுப்புள்ளி வைக்கும் நிலை இனி மாறுமா?முதுகெலும்பை இழக்காமல் முன்வந்து ருக்கி போன்ற பெண்களுக்கு வாழ்வளிக்க இன்றையஇளைஞர்கள்

முயற்சிப்பார்களா?வாசகர்களே,நீங்கள் தான் பதில் கூற வேண்டும்.......

10. வேண்டாம்..வாணி, வேண்டாம்

வேண்டாம்..... வாணி, வேண்டாம்......

வாணி சென்னை நகரின் பிரசித்த கல்லூரியில் கம்ப்யூட்டர் சயின்ஸ் முக்கியப் பாடமாக எடுத்துப் படிக்கும் மாணவி நடுத்தர வர்க்கத்தைச் சேர்ந்த குடும்பத்தைச் சேர்ந்த இளம்பெண் எப்பொழுதும் அமைதியாக இருப்பாள் அவள் வாய்விட்டு சிரித்து யாரும் பார்த்ததில்லை தன் எண்ணங்களை தன் மனதிலேயே வைத்துக் கொள்வதைத் தவிர பிறரிடம் பகிர்ந்து கொள்வதில்லை.

வாணி என் அம்மாவின் தங்கை கீதா மும்பையில் ஒரு பணக்கார குடும்பத்தில் அவளை மணமுடித்துக் கொடுத்தார்கள் ஆண்டுக்கு ஒருமுறையாவது தன் அக்கா வீட்டிற்கு வந்து கீதா தன் உயர்தர குடும்பத்தின் பெருமைகளைப் பறைசாற்றிக் செய்வது வழக்கமான ஒன்று அவளுக்கு ஒரே பெண் தாரிணி செல்வச்செழிப்பான தாரிணி சிறிது குண்டாக இருந்தாள் கீதாவிற்கு வாணியை பார்க்கும்போதெல்லாம் தன் மகள் தாரிணி அவளோடு ஒப்பிட்டுப் பார்த்து அங்கலாய்த்து பெருமூச்சு விடுவார் எப்போதும் சாக்லேட் ஐஸ்க்ரீம் என்று சாப்பிட்டு உண்டாகிக் கொண்டே போகிறாரே என்று கவலைப் படுவார்.

கீதாவும் ஷாலினியும் மும்பையிலிருந்து சென்னைக்கு வரும்போதெல்லாம் ஒரு பெரிய சூட்கேசை அவர்களுடன் வரும் சூட்கேஸில் என்ன இருக்கும் என்று வர்ணிக்கும் அவள் அம்மாவிற்கும் நன்றாகவே தெரியும்

கீதாவின் பழைய புடவைகள் தாரிணி பழைய ஸ்கர்ட் சுடிதார் ஹேண்ட்பேக் கிளிப் வளையல்கள் என அவர்கள் பயன்படுத்திய துணிமணிகள் பொருட்கள் இவைகளால் நிரப்பப்பட்டது தான் அந்த சூட்கேஸ் அதை சென்னை வந்ததும் திறந்து எல்லோருக்கும் கொடுப்பது வாடிக்கையான ஒன்று வாணியம் அவள் அம்மாவும் எதுவும் சொல்லாமல் அவைகளை வாங்கிக்கொள்வார்கள்.

வாணிக்கு ஒரு அண்ணனும் தங்கையும் உண்டு அண்ணன் அவ்வளவாக யாரிடமும் காட்ட மாட்டான் காலையில் தன் நண்பர்களோடு வெளியே சென்று விட்டால் இரவில் படுத்தத்தான் வீட்டிற்கு வருவான் வாணியன் அப்பாவும் காலையில் வேலைக்காக செல்பவர் இரவில் தான் வீடு திரும்புவார் நாள் பூராவும் உழைத்தால் தான் குடும்பத்தை நடத்த முடியும் என்ற நிலை வாணியின் அம்மா தையல் தெரிவதால் அவர்களுக்கு தைத்துக் கொடுத்து ஏதோ அவளால் முடிந்த வரையில் குடும்பத்திற்கு உழைத்துக் கொடுப்பாள் மகனும் மகளும் கல்லூரிப் படிப்பு முடிந்து வேலைக்குச் சென்றால் குடும்பம் தலைநிமிர முடியும் என்று பெற்றோர் இருவரும் எண்ணினர்.

சென்னை போன்ற நகரங்களில் அடுக்குமாடி குடியிருப்பு வாழ்பவர்கள் இடையே நெருக்கம் ஏற்படுவது இயற்கை மாணிக்கம் அவர்கள் இருக்கும் அடுக்குமாடி குடியிருப்பில் பக்கத்து வீட்டு மாமி மீனாட்சிக்கும் ஒருவித நெருங்கிய நட்பு இருந்தது மதுரையை சேர்ந்த மீனாட்சி மாமிக்கு குழந்தை இல்லை வாணி இடம் மிகவும் அன்புடன் பேசுவார் ராணி தன் வீட்டில் படிக்க முடியவில்லை என்றதும் மீனாட்சி மாமி தன் வீட்டில் வந்து படிக்கச் சொன்னதால் வாணி படிக்க என்று மீனாட்சி மாமி வீட்டிற்கு போவது வழக்கமாயிற்று தினமும் சாயந்திரம் படிக்கச் சென்ற இரவு சாப்பாட்டிற்கு தான் வீட்டிற்கு வருவார் இது அடுக்குமாடி குடித்தனக்காரர் அனைவரும் அறிந்த ஒன்று.

ஒருமுறை மீனாட்சி மாமியின் உறவுக்காரப் பையன் அசோக் மதுரையிலிருந்து வந்திருந்தான் அவன்

மதுரைக் கல்லூரியில் பிடெக் முடித்து முடித்திருந்தான் எம்பிஏ படிக்க அமெரிக்கா போகும் எண்ணத்தில் சென்னை வந்திருந்தான் மாமாவிற்கு மாமிக்கும் அளவில்லாத சந்தோஷம் அவனை அன்புடன் உபசரித்து தங்கள் வீட்டில் தங்க

11.முதுமை- வரமா

முதுமை – வரமா? சாபமா?

சாவித்திரிபாட்டிக்கு 70 வயது; கணவர் இறந்தபின் மகனுடன் தான் வாசம். மருமகள் ஆரம்பத்தில் மிக நன்றாக கவனித்துக் கொண்டுதானிருந்தாள். இரண்டு குழந்தைகள் என்றான பின் கவனிப்பு குறைவது போல் சாவித்திரிக்கு தோன்ற ஆரம்பித்தது. காலையில் மகன் ஆபீஸ் கிளம்பும் முன் தாயின் அருகில் வந்து எல்லாம் சரியாக இருக்கிறதா என ஒரு பார்வை பார்ப்பான். தாயைப் பார்த்து, "மருந்து எல்லாம் வேளாவேளைக்கு சரியாக சாப்பிடுகிறீர்களா? இரவில் ஏன் லேட்டா சாப்பிடுறீங்க? நான் வரும் வரை காத்திருக்க வேண்டாம்." என கண்டிப்பு கலந்த மரியாதையுடன் சொல்லிச் செல்வான்.சாவித்திரிபாட்டிக்கு இது பத்தாது.

ஒரே மகள் தேவகியை டெல்லியில் உயர்ந்த பதவியில் இருக்கும் மாப்பிள்ளைக்கு பெண் கேட்டு வந்தபோது சாவித்திரிக்கு சென்னையில் இருந்து பார்த்து பார்த்து பாசமுடன் வளர்த்த பெண்ணை அவ்வளவு தூரத்திற்கு கட்டிக் கொடுப்பதற்கு சிறு தயக்கம். உறவினர்கள்," விரும்பி வந்த வரனை விலக்கக் கூடாது" என்று சொன்னதால் வேறு வழியின்றி," ஜாதகம் பார்த்து சொல்கிறோம்" என சாக்குபோக்கு சொல்ல ஆரம்பித்தனர் சாவித்திரியும் அவள் கணவரும். ஜோசியரோ," பத்துப் பொருத்தமும் பக்குவமாய் அமைந்திருக்கிறது" என்று சொல்லவும்,திருமணம்

தடபுடலாக நடந்தேறியது. ஒரே வாரத்தில் மறுவீட்டு அழைப்பு, தனிக்குடித்தனம் என்று மகள் தேவகி டெல்லியில் செட்டிலானாள்.

வளைகாப்பு, பிரசவம் என்று முதல் குழந்தைக்காக சென்னை வந்த தேவகியை இரண்டாவது குழந்தைக்கு,"டெல்லியில் எல்லா வசதிகளும் சிறப்பாக இருக்கும் போது சென்னைக்கு ஏன் போக வேண்டும்" என சொல்லி மாப்பிள்ளையும் மாமனார் மாமியாரும் அவளை சென்னைக்கு அனுப்பவில்லை. குழந்தைகள் படிப்பு, ஆபீஸில் அவருக்கு வேலை அதிகம், லீவு கிடைக்கவில்லை எனப் பல காரணங்களால் தேவகிக்கு அடிக்கடி சென்னை வந்து அம்மாவை பார்க்க முடிவதில்லை. மேலும் அண்ணனும் அண்ணியும் அம்மாவை நன்கு கவனித்துக் கொள்கிறார்கள் என்ற எண்ணமும் அவளை சென்னைக்கு வரவிடுவதில்லை.

ஆனால் இங்கே சாவித்திரி பாட்டியின் நிலை வேறு. ஆயிரம்தான் மகனும் மருமகளும் தன்னை குறைவின்றி கவனித்தாலும் தன் மகள் தன்னை பார்க்க வர மாட்டாளா என்ற ஏக்கம்தான் அடிக்கடி அவளை வாட்டும்.பேரனும் பேத்தியும் அவ்வப்போது அவள் அருகில் வந்து," ஐயாம்மா, எப்படி இருக்கீங்க? சாப்பிட்டீங்களா?" என்று கேட்பார்கள். சில சமயம் பேரனோட அல்லது பேத்தியோட நண்பர்கள் வந்தால் சிரிப்புச் சத்தம் கேட்டதும் சாவித்திரி பாட்டிக்கும் அவர்கள் பேச்சில் கலந்து கொள்ள ஆசை வரும்; மெதுவாக நடந்து ஹாலுக்கு வந்து சோபாவில் உட்கார்ந்தாள். பேரன் பேத்தி நண்பர்கள் அவளை கண்டதும்," ஹாய் பாட்டி"என்று கையசைப்பார்கள். பெரியவர்களைக் கண்டால் இரு கை கூப்பி வணக்கம் சொல்லவேண்டும் என்பதோ, காலைத் தொட்டு ஆசிர்வாதம் வாங்க வேண்டும் என்பதோ நகரத்து

குழந்தைகளுக்கு தெரிவதில்லை. மனதில் மரியாதை இருந்தால் போதும் என நினைக்கின்றனர்.

பாட்டி அவர்களிடம் பேச முயன்றால், பல் இல்லாத காரணத்தால் அவள் பேச்சு அவர்களுக்கு புரிவதில்லை. பேத்தியைப் பார்த்து,'' பாத்லூம் போகணும்'' என்று சொன்னதும் அவளது தோழிகள் அனைவரும் கொல்லென்று சிரித்து,'' பாட்டிக்கு பாத்லூம் போணுமாம்'' என்று அவளை மாதிரி பேசி காட்டினர். பேத்தியும் அவர்களோடு சேர்ந்து சிரித்துக் கொண்டு அவளை பாத்ரூம் கூட்டி போனாள்.

இரவில் படுத்ததும் கால் வலிக்கும். மகனோ மருமகளோ வந்து சிறிது நேரம் காலை பிடித்து விட்டால் சுகமாக இருக்குமே என்று தோன்றும்.அந்தக் காலத்தில் மாமனார் மாமியாருக்கு செய்யும் பணிவிடைகளில் கால் அமுக்கி விடுவது என்பது மகன் மருமகளின் தினசரி பணிவிடை ஆக இருந்தது. இப்போதோ மகன் அம்மா தூங்கி விட்டார்களா என அறைக்குள் பார்க்கும்போது தூங்காமல் கட்டிலில் உட்கார்ந்து இருந்தால் உள்ளே வந்து விளக்கைப் போட்டு,'' என்னம்மா? ஏன் தூங்கவில்லை?'' என்று கேட்கும்போது ஏக்கத்துடன்,'' கால் வலிக்குது'' என்று சொன்னால் உடனே ஒரு மாத்திரையை கொண்டுவந்து நீட்டுவான்.மருமகளும் தன் பங்குக்கு டம்ளர் தண்ணீரை நீட்டுவாள். இவர்களிடம் அன்பு உண்டு; மரியாதை உண்டு; ஆனால் புரிதல் எனும் பரிவு இல்லையே என்ற ஏக்கத்துடன் மாத்திரையை வாங்கிப் போட்டுக் கொண்டு படுத்துவிடுவாள். தன் நடுங்கும் கரங்களால் மகளுக்கு கடிதம் எழுதி மகனிடம் கொடுத்தாலும் அதை மறக்காமல் தன் ஆபீஸ் கடிதங்களுடன் மறுநாளே போஸ்ட் செய்தான்.

தேவகிக்கு அம்மாவின் கடிதத்தைப் படித்ததும் அம்மாவின் ஏக்கம் புரிந்தது. ஆனால் உடனே

"அம்மாவைப் பார்க்க வருகிறேன்" என அண்ணன் அண்ணிக்கு தகவல் கொடுத்தால் அவர்கள் தவறாக நினைத்து விடக் கூடாது என்ற எண்ணமும் ஏற்பட்டது. அதுமட்டுமல்லாமல் போன தடவை சென்னை சென்றபோது அண்ணனும் அண்ணியும் அம்மாவை மாதாமாதம் டாக்டரிடம் காண்பிப்பதாகவும், ரிப்போர்ட்களைத் தன்னிடம் காட்டி எந்த அளவிற்கு அவரை கவனித்துக் கொள்வதாகவும் கூறி, அம்மாதான் டயத்துக்கு மாத்திரை சாப்பிட மறுப்பதையும், வலி வந்தால் மாத்திரை எடுத்துக் கொள்வதில்லை என்பதையும் சொன்னார்கள். நிதானமாக யோசித்து தன் தாய்க்கு பதில் எழுதினாள்,

அன்புள்ள அம்மாவிற்கு,

உங்கள் கடிதம் கிடைத்தது.எனக்கும் அங்கு வந்து உங்களுடன் சில நாட்கள் தங்க வேண்டும் என ஆசை தான். ஆனால் தற்சமயம் உடனே புறப்பட வசதிப்படவில்லை. கால் வலி இருப்பதாக எழுதியிருந்தீர்கள் ;மாத்திரை எடுத்துக் கொள்ளுங்கள்; டயத்துக்கு சாப்பிடுங்கள்; அண்ணன் அண்ணியும் குழந்தைகளும் உங்களை அன்புடன் கவனிப்பதால் தான் நான் இங்கே நிம்மதியாக இருக்க முடிகிறது. நான் முடிந்தால் நிச்சயமாக ஏப்ரல் மே மாதங்களில் இங்கே வெயில் அதிகமாக இருக்கும் போது அங்கு வருகிறேன்; அல்லது முடியாவிட்டால் செப்டம்பர் மாதத்தில், டிசம்பரில் வரப் பார்க்கின்றேன். கவலைப்படாமல் இருங்கள். எல்லோரையும் நான் கேட்டதாகச் சொல்லுங்கள்.

இப்படிக்கு,

உங்கள் அன்பு மகள் தேவகி

கடிதம் இங்கே முதுமையின் வாசலில் வாழும் சாவித்திரி பாட்டிக்கு ஒரு கண்துடைப்பாக அமையுமே தவிர மன ஏக்கங்களை நீக்கும் மருந்தாக அமையாது. தன் பிள்ளைகள், பேரன்-பேத்திகள் என தன்னருகே இருந்தாலும், தன்னை விட்டு விலகி தூர இருந்தாலும் அவர்களின் வாழ்க்கை கண்டு பெருமையுடன் பூரிப்படையும் முதியோர்களுக்கு முதுமை ஒரு வரமே; ஆனால் பரிவும் புரிதலும் இல்லாத நிலையில் அந்த முதுமை ஒரு சாபம் ஆகவும் மாற வாய்ப்பு இருக்கிறது.

12.கிராமத்துக்கிளி

கிராமத்துக் கிளி

ஆண்டிப்பட்டி என்றொரு கிராமம். அங்கே வயிற்றுப் பிழைப்புக்காக வீட்டு வேலை செய்து தன் பிள்ளைகளை வளர்க்கும் ஒரு தாய். அவளது மகன் மோகன். படிப்பு வரவில்லை. நண்பர்களுடன் சேர்ந்து தோட்டங்களில் சுற்றி மரங்களில் தொங்கும் கனிகளைப் பறித்து பசியாறி தன் வாழ்நாளை ஓட்டிக் கொண்டிருந்தான்.ஒருநாள் அவர்கள் வீட்டிற்கு அவளது தாயின் சிறுவயது தோழி பார்வதி வந்து இருந்தாள். அவனைப் பார்த்தாள். அவனைப்பற்றி அவரது தாயிடம் விசாரிக்கும் போது தான் தெரியும் அவன் படிப்பு இல்லாமல் வேலை இல்லாமல் சுற்றிக் கொண்டிருக்கிறான் என்று.

`பொறுப்பில்லாமல் இப்படி மகனை வளர்கிறாயே!' என்று தோழி கூறினாள்.

"நான் என்ன செய்வது, அவங்க அப்பா இருந்த வரையில் பொறுப்பாக தான் இருந்தான்.அவர் திடீரென இறந்த பின் இவன் இப்படி பொறுப்பில்லாமல் சுற்றுகிறான். என் பேச்சைக் கேட்பதே இல்லை."

` சரி, நான் ஒன்று சொல்கிறேன். கேட்கிறாயா?' என்று தோழி கூற

` என்ன?' என்று தாய் கேட்டாள்.

` நான் சென்னைக்கு போகிறேன். அங்கே தான் எனக்கு வேலை என்று உனக்கு தெரியுமே. உன் பையனுக்கும் அங்கே வேலை வாங்கி தருகிறேன். அவனை என்னுடன் அனுப்பு .'என்று கேட்டாள்.

` அவனுக்கு சென்னை என்றால் பிடிக்கும். ஆனால் வேலை என்று சொன்னால் வர மாட்டானே...' என்றதும்

` வேலைக்கு போவதாக சொல்ல வேண்டாம். நான் அவனை ஊர் சுற்றிப்பார்க்க கூட்டிப் போகிறேன் என்று சொல்கின்றேன். நீயும் அப்படியே சொல்.' என்றதும்

' சரி.'என்று தாயும் மோகனிடம்,`சென்னை பார்க்க என் தோழி போகின்றாள். அவளுடன் நீயும் போகிறாயா?'என்று கேட்டாள்.

மோகனுக்கு சென்னை நகரம் என்றால் மிகவும் பிடிக்கும்.அவனுக்கு சூர்யா, விஜய், அஜித் போன்ற நடிகர்களை அங்கு சென்றால் பார்க்கலாம் என்ற எண்ணம்.

எனவே அம்மாவிடம் ,"அவர்கள் எப்படி என்னை கூட்டிப் போவார்கள் என்று கேட்டான்?"

"அவளுக்கு என்னை ரொம்ப பிடிக்கும்.என்னை கூப்பிட்டாள். நான் இப்போது வரமுடியாது என்று கூறினேன்.அதனால் உன் பையனையாவது என்கூட அனுப்பேன் என்று கேட்டாள். நான் என்ன சொல்லட்டும்.....?"என்று மோகனிடம் கேட்கவும்,

"நிஜமாகவே அவர்கள் ஊரை சுற்றிக் காட்டுவார்களா?"என்று கேட்டான்.

"ஆமாம்.அதற்காகத்தான் அவள் உன்னை கூப்பிடுகின்றாள்."என்று சொன்னதும் மோகனுக்கு ஒரே சந்தோஷம்."சரி,தம்பி, பாப்பாவை பத்திரமா பார்த்துக்கொள்.நான் போய் சென்னையை சுற்றி பார்த்து விட்டு வருகிறேன்."என்று சொல்லி விட்டு மிகவும் பொறுப்புள்ள பையனைப் போல் ஒரு துணிப்பையில் தன்னிடம் இருக்கும் துணிமணிகளை எடுத்துக் கொண்டு புறப்படத் தயாரானான்.

தோழியும் தாயிடம், "இப்போதைக்கு 100 ரூபாய் தருகின்றேன் வாங்கிக்கொள். பின்னர் மாதாமாதம் பணம் அனுப்புகிறேன்."என்று சொல்லிவிட்டு புறப்பட்டு போனார்கள்.

இரவு நேரப் பயணம். விடியும் நேரத்தில் சென்னை வந்து சேர்ந்தார்கள். மோகனை ஒரு வீட்டிற்கு அழைத்துச் சென்று காலிங் பெல்லை அழுத்தினாள் பார்வதி. வீட்டிற்குள் இருந்து ஒரு பெண்ணின் குரல், " யாரது?"

"நான்…..தாம்மா…. பார்வதி.வேலைக்கு ஆள் கேட்டிருந்தீர்கள்." என்று சொன்னாள். "இரு, வருகிறேன்."என்று சொல்லி அந்தப் பெண்மணி கதவைத் திறந்தார்.

வாசலில் கிராமத்து பையனான மோகனை பார்த்ததும்,"யார் வேலைக்கு வந்து இருப்பது? " என்று கேட்டார்."இந்தப் பையன் தான்; வீட்டோடு வைத்துக் கொள்ளுங்கள்."என்று சொன்னதும் மோகன் திடுக்கிட்டான்.

"இவ்வளவு சிறிய பையனாக இருக்கிறானே? வேலை தெரியுமா? கிராமத்து பையனாக வேறு இருக்கின்றானே?"என்று கேட்டாள்.

"இல்லை அம்மா, சொல்லிக்கொடுத்தால் கற்றுக் கொள்வான். நீங்கள் இரண்டு மூன்று நாட்கள் சொல்லிக் கொடுங்கள்.பழகிக் கொள்வான்." என்று சொல்லி அவனை அங்கே விட்டு விட்டு போய்விட்டாள். மோகனுக்கு இப்போதுதான் புரிந்தது; அவன் திக் பிரமை பிடித்தவன் போல் நின்று கொண்டிருந்தான்.

வீட்டுப் பெண்மணி,"இங்கே வா, உன் பெயர் என்ன?"என்று கேட்டதும்,"மோகன்" என்று சொன்னான்.

" சரி, சரி, உன் பையை அந்த பால்கனியில் கொண்டு போய் வை. இனி நீ இங்கே தான் படுத்துக்கொள்ள வேண்டும். இந்த இடம் தான் உனக்கு. முதலில் போய் முகத்தை நன்றாக கழுவி, கைகால்களை கழுவிக்கொண்டு வா. டீ தருகிறேன்."

முதலாளி அம்மா ரொம்ப நல்ல மாதிரி அவனுக்கு ஒவ்வொரு வேலையாக கற்றுக்கொடுத்தார். சப்பாத்தி போட்டான்; டீ போட கற்றுக்கொண்டான்; வீட்டை பெருக்கி துடைக்க கற்றுக்கொண்டான்; ஆனால் இரவில் தூங்கும் போது அவனுக்கு கிராமத்து நினைவு வரும். சில நேரங்களில் எழுந்து உட்கார்ந்து அழ ஆரம்பித்துவிடுவான். முதலாளி அம்மாவின் மகனும் மகளும் அவனைப் பார்த்து, "இவன் ஏன் இப்படி அழுகின்றான்" என்று அவர்கள் அம்மாவிடம் சொல்லி,"அவனை அனுப்பி விடுங்கள்... அவன் உங்களுக்கு உதவ மாட்டான்."என்று சொல்வார்கள். முதலாளி அம்மா அவனைப் பக்கத்தில் உட்கார வைத்து நிலைமையை விளக்கிச் சொல்லுவார்."நீ வேலை

கற்றுக்கொள் ஒன்று, இரண்டு மாதங்கள் இங்கே இரு. உனக்குப் பிடிக்காவிட்டால் பரவாயில்லை.எங்கள் வீட்டுப் பிள்ளைகள் மாதிரி உன்னை நாங்கள் பார்த்துக் கொள்கின்றோம்.சில நாட்களில் உன்னை நான் கிராமத்திற்கு அனுப்பி விடுவேன். கவலைப்படாதே.''என்று கூறி அவனை ஆறுதல் படுத்தினார்கள்.அவனும் சரி என்று கேட்டுக்கொண்டு வேலையை கற்றுக் கொண்டான். ஒரு மாதம் ஓடியது.வீட்டில் வேலை செய்து கொண்டிருக்கும்போது ஒரு போன் கால் வந்தது.முதலாளி அம்மா போனில் யாரிடமோ சொல்லிக் கொண்டிருந்தார்கள்,''சரி,சரி, எல்லாம் சரியாகத்தான் இருக்கின்றது.....போகப்போக சரியாகிவிடும்.இன்னும் ஒரு மாதம் போகட்டும்.நான் பணம் கொடுக்கிறேன்'' என்று சொல்வதைக் .கேட்டான்.அவனுக்கு ஏதோ புரிந்தும் புரியாதது போல் தோன்றியது. மறுநாள் அவன் சமையல் அறையில் அமர்ந்து சாப்பிட்டுக் கொண்டிருந்தான். அவனுக்கு எப்பொழுதுமே டீயை ஒரு கைப்பிடி உடைந்த டீகப்பில் தான் கொடுப்பார்கள்.மெதுவாக சாப்பாட்டு அறைக்கு வந்து நின்றான். எல்லோரும் சாப்பிட்டுக் கொண்டிருந்தார்கள்.''உனக்கு என்ன வேண்டும்?''என்று கேலியாகக் கேட்டார் முதலாளி ஐயா.''நீங்கள் எல்லோரும் சாப்பாட்டு மேஜையில் அமர்ந்து சாப்பிடுகிறீர்கள்.என்னையும் உங்கள் வீட்டில் ஒருவனாக நினைக்கின்றோம் என்று சொல்கிறீர்கள்.ஆனால் என்னை சாப்பாட்டு மேஜையில் உட்கார்ந்து சாப்பிட அனுமதிப்பது இல்லையே. அதுமட்டுமல்ல.....எனக்கு எப்பவும் டீ கைப்பிடி உடைந்த அந்த டீ கப்பில் தான் கொடுக்கிறீர்கள். இது நியாயமா?'' என்று கேட்டான்.''நான் என் கிராமத்திற்கு போகின்றேன்''என்று அவன் பழைய பல்லவியை ஆரம்பித்தான். முதலாளி அம்மாவும் அய்யாவும் ஒருவரை ஒருவர் பார்த்துக்கொண்டனர்.

"சரி, சரி, இனிமேல் நீயும் இங்கேயே உட்கார்ந்து சாப்பிடு." என்று சொல்லும்போதே முதலாளியின் மகனும் மகளும் உடனே சாப்பாட்டு மேஜையில் இருந்து எழுந்து கை கழுவி போய்விட்டார்கள்.அவர்களுக்கு இவனை இவ்வாறு இவ்விதம் நடத்துவது பிடிக்கவில்லை என்று மோகனுக்கு புரிந்தது.

அன்று இரவு எல்லோரும் படுக்க சென்றனர். மோகனும் படுத்து தூங்கினான். காலையில் முதலாளி அம்மா," டீ போட்டு விட்டாயா?"என்று கேட்டுக் கொண்டே சமையலறைக்குள் நுழைந்தார்.மோகனை அங்கே காணவில்லை. பால்கனி பக்கம் போய் பார்த்தார்கள்.அங்கே அவன் பையும் இல்லை. பால்கனி வழியாக வெளியே குனிந்து காலனியின் கேட்டை தாண்டி யாராவது போய்க் கொண்டிருக்கிறார்களா என்று பார்த்தார்கள்.

வெகுதொலைவில் மோகன் ஜன சமுத்திரத்தில் நடந்து போய்க் கொண்டிருந்தான்.அவன் தோளில் துணிப்பை. கிராமத்துக் கிளிக்கு இறக்கை முளைத்து அது சுதந்திரமாக பறந்துகொண்டிருந்தது.

13.தீபாவளி

தீபாவளி

நன்னடத்தை என்பது வாழ்வில் ஒவ்வொரு செயலிலும் கடைபிடிக்க வேண்டிய ஒன்று. வீட்டில்,நண்பர்கள் மத்தியில், அக்கம்பக்கத்தினர் மத்தியில், உறவினர்கள் மத்தியில், விழாக்காலங்களில், பண்டிகை சமயங்களில் என ஒவ்வொரு சமயத்திலும் நன்னடத்தையை கடைபிடித்ததால் தான் கதையில் வரும் அரசாங்க அதிகாரி உயர்ந்த பதவியை வகிக்கிறார்.இதனால் அவர் குடும்பம் உயர் நடுத்தர வர்க்கத்தைச் சேர்ந்திருந்தது.

மதுரையின் உயர்ரக பல அடுக்குமாடி குடியிருப்புகள் அமைந்த கட்டிடத்தில் எல்லாவித வசதிகளுடன் இந்த குடும்பத்தினர் வாழ்கின்றார்கள். தீபாவளி தினத்தன்று அவர்கள் அடுக்குமாடி வீடு வண்ண விளக்குகளால் ஒளிரும். அங்கு வாழும் மக்கள் தத்தம் வீட்டிலிருந்து இனிப்புகள்,பழங்கள், வண்ணக் காகிதங்களால் சுற்றப்பட்டு அழகாக பேக் செய்யப்பட்ட பரிசுப் பொருட்கள் என இவைகளை எடுத்துக் கொண்டு அடுத்தவர்கள் வீடுகளுக்குச் சென்று தீபாவளி வாழ்த்துகள் கூறி கொடுப்பதை மிகப் பெரிய கௌரவமாக நினைப்பர்.

இன்றைய காலகட்டத்தில் உயர் அரசாங்க அதிகாரியாக இருந்தால் அவர்களுக்கு தீபாவளி பரிசு கொடுப்பது கட்டாயம் என எண்ணப்படுகிறது. எனவே

இக்கதையின் நாயகன் ஒரு அரசாங்க உயர் அதிகாரி என்பதால் அவர் வீட்டிற்கு தீபாவளி பரிசு பொருட்களை கொண்டு வரும் அனைவரையும் வரவேற்று வாழ்த்து சொல்வதோடு அவர்கள் தரும் பரிசுகளை வாங்கி வைக்க வேண்டி உள்ளது.அவர்கள் வீட்டு வேலைக்காரி துர்காவிற்கு இது ஒரு வியப்பான விஷயம். பரிசுப் பொருட்களை தன் எஜமானி அம்மா அலமாரியில் அடுக்கி வைக்கச் சொல்லும் போது அவள் மிகவும் ஆவலுடன் குதூகலத்துடன் அந்த வேலையைச் செய்வாள்.

வேலைக்காரி துர்கா

வீட்டை மெழுகி கோலம் போட்டு, பூஜை அறை சாமான்களை நன்றாக துலக்கி,கடைக்குச் சென்று பூஜைக்கான சாமான்கள் அனைத்தையும் பார்த்துப் பார்த்து வாங்கி வந்து, மிகவும் சிரத்தையாக எஜமானி அம்மாவிற்கு அடுப்பங்கரையில் உதவி செய்து, பண்டிகைக்கான காரணகாரியங்கள் அறியாத நிலையிலும் கூட தன் வேலையை கண்ணும் கருத்துமாக செய்து கொண்டிருந்தாள்.

மெதுவாக தன் மனதில் எழுந்த கேள்வியை எஜமானி அம்மாவிடம் கேட்டாள்," இந்தப் பரிசுகள் எல்லாம் பூஜை சாமான்கள் தானேம்மா? பூஜைக்காக இவைகளைக் கொண்டு வருகிறார்களாம்மா?" என வெகுளியாகக் கேட்டாள். எஜமானியம்மாள் மனதிற்குள் சிரித்துக் கொண்டாள்,"இந்தப் பட்டிக்காட்டுக்கு இதெல்லாம் எங்கே புரிய போகுது! இந்த பரிசு பொட்டலங்களில் எத்தனை விதமான விலை உயர்ந்த பொருட்கள் இருக்கும்......வெள்ளி கிண்ணங்கள்,வெளிநாட்டில் இருந்து இறக்குமதி செய்யப்பட்ட கண்ணாடி டின்னர் செட்,அலங்கார விளக்குகள், சின்னச்சின்ன வைர மோதிரங்கள்.........இப்படி எத்தனையோ.............

கொஞ்ச நாட்களாக அதிகாரியின் மனதில் பயம் ஏற்பட ஆரம்பித்தது. எந்த நேரத்தில் எந்த பூதம் எப்படி கிளம்புமோ என்று...... பாரத நாட்டின் உயர் நடுத்தர வர்க்கத்தை சேர்ந்த எம்பி,மந்திரிகள், எம்எல்ஏ, ஐஏஎஸ், ஐபிஎஸ் அதிகாரிகள் அனைவருக்கும் அரசாங்கமே அவர்கள் வாழ்க்கைக்கு தேவையான பல வசதி வாய்ப்புகளை வழங்கி வருகிறது. ஆனாலும் சில சமயங்களில் அந்த வசதி வாய்ப்புகளை அனுபவிக்கும் போது ஒருவித பயமும் அவர்களுக்குள் தோன்ற ஆரம்பிக்கிறது.

உயர் அதிகாரிகளிடம் அனைவரும் சகஜ பாவனையில் பழகுவது போல் தோன்றினாலும் கதையில் வரும் அதிகாரியின் நண்பர் மோகன்லால் போல் சிலரையும் நாம் நம் வாழ்க்கையில் பார்க்கத்தான் செய்கின்றோம். வேலையில் சேர்ந்தபோது உயர் அதிகாரி மிகவும் எளிமையாக இருப்பார். தீபாவளி என்றால் மண்ணால் செய்த லட்சுமி பொம்மை வைத்து, நாலணா விற்கு பூமாலை வாங்கி, எளிமையாக பட்சணம் செய்து, மிகவும் மன மகிழ்ச்சியுடன் பண்டிகை கொண்டாடுவார்கள்.

நண்பர் மோகன் லால் அதிகாரிக்கு நட்பின் அடையாளமாக அரை கிலோ எடையுள்ள வெள்ளி லட்சுமி சிலையை போன தீபாவளியன்று பரிசாக வழங்கினார். அதன்பின்னர் வீட்டில் பூஜை அறையில் ஆடம்பரம் நுழைந்து விட்டது. ஆடம்பரம் நுழைந்ததால் அமைதி தொலைந்தது. இந்த வருடம் நண்பர் மோகன்லால் தீபாவளிக்கு வாழ்த்து சொல்ல வரவில்லை. அதிகாரி அமைதி இன்றி தவித்தார். எஜமானி அம்மாள் பூஜையை ஆரம்பிக்க இயலவில்லை. குழந்தைகள் குழப்பத்துடன் அம்மா அப்பா முகம் நோக்கி அமைதியாக அமர்ந்து இருந்தார்கள்.

வேலைக்காரி துர்காவின் வேலை முடிந்ததால் எஜமானியம்மா அவளுக்கு ஸ்வீட் பாக்ஸ், பட்டாசுகள்,புதுத்துணி,தீபாவளி காசு என வழக்கம்போல் கொடுத்து அனுப்பினாள். அதிகாரி வீட்டில் அலங்கார விளக்குகள் இருந்தாலும் அங்கே பண்டிகை நடக்காமல் அமைதி நிலவியது. ஆனால் அதே நேரத்தில்........... வேலைக்காரி துர்கா வீட்டில் அகல் விளக்கின் ஒளியில் அவள் குடும்பத்தினர் அனைவரும் இனிப்புகளை பகிர்ந்து சாப்பிட்டுக் கொண்டிருந்தார்கள் துர்காவின் குழந்தைகள் ஆரவாரத்துடன் ஓட்டு வீட்டின் வெளியே பட்டாசுகளை வெடித்து தீபாவளி கொண்டாடிக் கொண்டிருந்தார்கள்.

14.திரைகடல் தாண்டி திரவியம் தேடு

திரை கடல் தாண்டி திரவியம் தேடு

கதையின் நாயகன் விக்னேஷ்.மதுரைக்கு அருகே ஒரு கிராமத்தில் கூட்டுக் குடும்பத்தில் பிறந்தவன். கூட்டுக்குடும்பத்தில் உறவுகள் அதிகம்; அன்பும் பாசமும் கொட்டிக்கிடக்கும்; ஆனால் பணத் தட்டுப்பாடும் குறைவு இல்லாமல் இருக்கும்.வயதான தாத்தா வீட்டின் ஒரு மூலையில் கட்டிலில் படுத்து இருப்பார்; பெரியப்பா பெரியம்மாவின் குழந்தைகளும் கல்லூரிப் படிப்பு முடிந்து நல்ல வேலைக்காக அலைந்து கொண்டிருப்பார்கள்; அப்பா அம்மா இருவரும் பெரியவர்களின் சொல்படி அவர்களின் நிழலில் வாழ்ந்து கொண்டிருப்பார்கள்.

குடும்பத்தின் பின்னணியை மனதில் வாங்கிய விக்னேஷ் படிப்பு முடிந்ததுமே, 'திரை கடல் தாண்டி திரவியம் தேடு' என்ற வார்த்தையை கவனத்தில் கொண்டு அமெரிக்கா பறந்தான். 10 வருடங்கள் போனதே தெரியவில்லை. அமெரிக்காவின் ஆடம்பர வாழ்க்கையால் மோகம் கொண்டு அங்கேயே செட்டில் ஆக விக்னேஷ் முடிவு செய்தான். கை நிறைய சம்பளம். கேட்கவா வேண்டும்...... வீட்டை மறந்தான்; குடும்பத்தை மறந்தான்; பெற்றோரை மறந்தான்.

தன்னுடன் வேலை செய்யும் அமெரிக்க பெண் எலிசாவுடன் பழக்கம் ஏற்பட்டது. அமெரிக்க வாழ்க்கை முறை தெரியாமல் எலிசாவிடம் தன் திருமண எண்ணத்தை வெளியிட அவளும் சம்மதித்தாள். வீட்டிற்கு விவரம் தெரிவித்தால் தலைமுழுகி விட்டதாக அப்பா பதில் எழுதினார். கவலைப்படாமல் ரிஜிஸ்டர் மேரேஜ் செய்து கொண்டான்.

ஆரம்பத்தில் தன் கனவுகள் எல்லாமே நனவாகி வருவதாக எண்ணி ஆகாயத்தில் மிதந்து கொண்டிருந்தான் விக்னேஷ். ஒரு வருடம் கடந்தது. தனக்கென ஒரு வாரிசு உருவாகி அதனுடன் தன் பெற்றோர் முன் மதிப்பாக சென்று நிற்க வேண்டும் என்ற எண்ணம் ஏற்பட்டது. ஆயிரம் ஆயிரமாக அமெரிக்க டாலர் சம்பாதித்தாலும் பத்தாண்டுகளாக அமெரிக்காவில் வாழ்ந்தாலும் விக்னேஷ் உள்ளத்தளவில் உணர்வால் ஒரு இந்தியனாகவே இருந்தான்.

இந்திய வாலிபர்களின் வாழ்க்கை கோட்பாடு ஒரு வரைமுறைக்குள் தான் இருக்கும்.கல்லூரி, படிப்பு, வேலை,கல்யாணம்,குழந்தை என்ற வட்டத்திற்குள் தான் அவர்கள் வாழ்க்கை. விக்னேஷும் அதற்கு விதிவிலக்கல்ல.தன் குழந்தைக்காக அவன் ஏங்க ஆரம்பித்தான். ஆனால் அமெரிக்காவில் பிறந்து வளர்ந்த எலிசாவின் எண்ணமோ வேறாக இருந்தது. தன்னைவிட அதிக சம்பளம் வாங்கும் விக்னேஷை மணந்தால் நல்ல வீடு, சொகுசு கார், ஆடம்பர வாழ்க்கை என வாழலாம் என்ற எண்ணம் தான் எலிசாவிற்கு. கணவன், குழந்தை, குடும்ப பந்தம் என்ற எண்ணங்கள் அவளுக்குப் புரியவில்லை.

கிட்டத்தட்ட 5 வருடங்கள் ஓடின. விக்னேஷ் தன் எண்ணங்களுக்கு ஒத்து வர மாட்டான் என்பதாலும், விக்னேஷ் விட அதிக சம்பளம் வாங்கும் ஜோசப்

கிடைத்ததாலும், எலிசா தயங்காமல் விவாகரத்து கேட்டாள். அதிர்ந்து போனான் விக்னேஷ். தோல்வி,ஏமாற்றம், நிராசை இதனால் துவண்டு நடைப்பிணமாக வாழ்ந்தான். அமெரிக்காவில் இருந்து சென்ற நண்பன் ஒருவன் மூலம் விபரம் அறிந்த குடும்பத்தினர் உடனே அவனை பாரதம் திரும்பும்படி தகவல் அனுப்பினர். தகவல் கிடைத்ததுமே,'' இனி என் நாடு; எனது மண், எனது உறவுகள் என்று நான் வாழப்போகிறேன்'' என்று மனதில் தெளிவுடன் பாரதம் திரும்பினான்.

மதுரை ஏர்போர்ட்டில் இறங்கும்போது அனைவரும் அவனை வரவேற்க நிற்பதைப் பார்த்ததும் மிகவும் நெகிழ்ந்து போனான். பெரியப்பா, அப்பா, சித்தப்பா, அத்தை, மாமா அனைவரும்,'' நாங்கள் இருக்கின்றோம். இனி நீ எதைப் பற்றியும் கவலைப்படாதே'' எனச் சொல்லாமல் சொல்லி நின்றனர். அவர்களைக் கண்டதும் புதுப்பிறவி எடுத்தது போன்ற உணர்வு அவனுக்குள் ஏற்பட்டது.

கிராமத்திற்கு செல்ல காரில் ஏற முற்பட்ட போது கவனித்தான் சித்தப்பாவும் மாமாவும் அப்பாவிடம்,'' நாங்கள் பஸ்ஸில் வருகின்றோம். நீங்கள் முன்னால் போங்கள்''என சொல்லிவிட்டு பதிலுக்கு காத்திராமல் புறப்பட்டுச் சென்றார்கள். இந்த பத்தாண்டுகளில் கிராமமும் அவர்கள் வீடும் மாறவேயில்லை. அனைவரும் அவனைப் பாசமுடன் கவனித்தனர்.

சித்தப்பாவின் குழந்தைகள் அவனைச் சுற்றிச் சுற்றி வந்து பல கேள்விகள் கேட்டனர். நீங்கள் ப்ளேனிலா வந்தீர்கள்? அமெரிக்கா எப்படி இருக்கும்? அங்கே நிறைய காசு இருக்குமாமே உண்மையா? என்ற பல கேள்விகளில்

அவர்களின் ஏக்கங்களையும் வெளிப்படுத்தினர். இரவில் மொட்டை மாடியில் குழந்தைகளுடன் பேசிக்கொண்டு படுத்து தூங்கினான்.

காலையில் பாத்ரூம் போகும் போதுதான் விக்னேஷ் வீட்டின் நிலையை கவனித்தான். 10 ஆண்டுகளாக பெயிண்ட் செய்யப்படாத சுவர்கள், அங்கங்கே காரை பெயர்ந்து செங்கல்கள் தெரியும் சுவர்கள், பாத்ரூமில் ஹோல்டர் உடைந்த வயருடன் ஊஞ்சல் ஆடிய பல்ப், தண்ணீர் மொண்டு ஊற்ற பழைய டால்டா டப்பா, இவ்வாறு தன் வீட்டின் நிலையை அவன் கூர்ந்து கவனிக்க ஆரம்பித்தான்.

ஒரே வாரத்தில் மீண்டும் புறப்பட தயாரானான் விக்னேஷ். பாஸ்போர்ட்டை எடுத்துக்கொண்டு மதுரை சென்று பேங்க் பேலன்சை சரிபார்த்து அமெரிக்கா செல்ல விமான டிக்கெட் வாங்கிவிட்டு வீட்டு செலவிற்காக கொடுக்க மீதி பணத்தை எடுத்துக்கொண்டு கிராமம் திரும்பினான். இவன் மனநிலையை அறிந்த நண்பர்கள் குடும்பத்தினரிடம் விவரம் சொன்னார்கள். பரணில் வைத்த சூட்கேசை இறக்கி விக்னேஷ் துணிமணிகளை பேக் செய்யும்போது குடும்பத்தினர் அனைவரும் சுற்றி நின்று அமைதியாக பார்த்துக் கொண்டிருந்தனர்.

அவன் அமைதியாக அப்பா அருகில் சென்று அவர் கைகளைப் பற்றிக் கொண்டு பேச ஆரம்பித்தான்," எனது தவறுகளை திருத்திக்கொள்ள இந்தப் பயணம் ஒரு வாய்ப்பாக அமையும்.என்னை வாழ்த்தி அனுப்புங்கள்" எனச் சொன்னதும், அப்பா அம்மா இருவரும்," நல்லபடியாகப் போய் வா" என்றனர். வீட்டு வாசலில் நின்று அனைவரும் கையசைக்க புறப்பட்டு சென்னை வந்து சேர்ந்தான். சென்னை பன்னாட்டு விமான நிலையத்தில் அமெரிக்கா செல்லும் விமானத்தில் ஏறி

அமர்ந்து விக்னேஷ் தன் இலக்காக எந்த இடம், எந்த வேலை எனத் தெரியாதபோதும் அமெரிக்க நண்பர்கள் உதவுவார்கள் என்ற நம்பிக்கையில் மீண்டும் திரை கடல் தாண்டி இம்முறை திரவியம் மட்டுமே தன் இலக்காகும் என்ற உறுதியுடன் பறந்து கொண்டிருந்தான்.

15.நான் இனி எனக்காக வாழ்வேன்...

நான் இனி எனக்காக வாழ்வேன்

வசந்தி நடுத்தர குடும்பத்தை சேர்ந்த சாதாரண பெண். கணவன் மோகன் கனடாவில் வேலை செய்கிறான். திருமணத்தின்போது இந்தியாவில் இருந்த கம்பெனி ஆபீஸில் தான் வேலை பார்த்துக்கொண்டிருந்தான். முதல் குழந்தை மனோகர் பிறந்த நேரமோ என்னவோ மோகனை கனடாவிற்கு பதவி உயர்வு கொடுத்து அனுப்பினார்கள். இருவருக்கும் சந்தோஷம் பிடிபடவில்லை.மோகன் கனடா சென்று நான்கு ஆண்டுகள் ஆயிற்று. குழந்தை மனோகர் உடன் வசந்தி இந்தியாவில் தனியாக வாழ வேண்டிய நிலை.

ஒவ்வொரு வாரமும் மோகன் காதல் ததும்ப கடிதம் எழுதுவான். கடிதத்தைப் படித்ததும் வசந்தி தன் தனிமையை மறந்து இருப்பாள். குழந்தை மனோகரின் மீது தன் கவனம் முழுவதையும் செலுத்தி அவனை நன்கு கவனித்து வளர்த்தாள்.ஆனால் நான்கு வருடங்களுக்கு பின் மோகனின் சுபாவத்தில் சில மாறுதல்கள் தென்பட ஆரம்பித்தன.

கடிதங்களில் காதல் இல்லை; மனோகரனை கவனித்து வளர்க்க மனைவிக்கு உபதேசங்கள் நிறைந்த கடிதமாக எழுத ஆரம்பித்தான்.சில நாட்களுக்குப் பின் ஒரு கடிதத்தில் தனக்கும் கனடாவில் வாழும் ஒரு பெண்ணுக்கும் தொடர்பு ஏற்பட்டதாக தெரிவித்து எழுதினான். பின்னர் பணம் மட்டும் அனுப்பினான்; கடிதம் எழுதுவதில்லை.

ஆரம்பத்தில் மனமுடைந்து காணப்பட்ட வசந்தி தன்னைத்தானே தைரியப்படுத்திக் கொண்டு தனக்கென ஒரு வேலையை தேடிக்கொண்டாள். தன் சம்பாத்தியத்தில் தனக்கென எதுவும் வாங்குவதில்லை. முழுவதையும் மனோகரனுக்காக செலவிட்டு அவனை அன்புடன் வளர்த்தாள். ஆனால் மனோகர் டீன் ஏஜை எட்டியதும் தன் தந்தை கனடாவுக்கு வருகிறாயா என கேட்டதுமே ப்ளைட்டை பிடித்து சென்று விட்டான்.

இப்போது வசந்தி மனமுடையவில்லை. வாழ்க்கை அவளுக்கு நிறைய கற்றுக் கொடுத்துவிட்டது. துணிச்சலாக முடிவெடுத்தாள்.போனில்,'' ஓகே, மோகன், மனோகர் இருவரும் கேட்டுக் கொள்ளுங்கள். இனி என்னைப் பொறுத்தவரையில் நீங்கள் யாரோ பை,பை'' என்று சொல்லி உறவை முறித்துக் கொண்டாள்.

மறுநாள் காலை புதுப்பிறவி எடுத்தது போல் எழுந்த வசந்தி தனக்குப் பிடித்த புடவை அணிந்து,தனக்குப் பிடித்த காலை உணவைத் தயாரித்து நிம்மதியுடன் உண்டாள்; தனக்குப் பிடித்த எப்எம் ரேடியோவில் பாட்டு கேட்டாள். ஆபீஸ் வேலை

முடிந்ததும் சாயங்காலம் வெளியே வந்து நேரே வீட்டிற்கு ஓடவில்லை.

நிதானமாக நடந்து பக்கத்திலுள்ள கோவிலுக்கு சென்றாள்.சாமி தரிசனத்திற்கு பின் அருகிலுள்ள சூப்பர் மார்க்கெட்டில் நுழைந்து தனக்குப் பிடித்த காய்கறிகள் வாங்கினாள். தனக்கு பிடித்த பட சிடிக்களை வாங்கினாள்.வீட்டை அலங்கரிக்க தன் மனதுக்கு பிடித்த சுவரில் ஒட்டும் ஸ்டிக்கர்கள்,ஷோகேஸ் சாமான்கள் என வாங்கி வீடு திரும்பினாள். ஆம்,அவள் மனதில் உறுதி கொண்டாள்_ நான் இனி எனக்காக வாழ்வேன் என்று

16.இதுவும் கடந்து போகும்

இதுவும் கடந்து போகும்

கதையின் நாயகன் தனசேகரன் நடுத்தர குடும்பத்தைச் சேர்ந்தவன். பெயரிலாவது தனம் சேரட்டுமே என பெற்றோர் எண்ணினார்களோ என்னவோ பெயரில் மட்டுமே தனம் இருந்தது. வீடு குசேலரின் வீடு போல இருந்தது. துவாபரயுகத்தில் பிறந்த கிருஷ்ணரின் நண்பர் குசேலன்-சுசீலை தம்பதிகளுக்கு 27 குழந்தைகள் பிறந்ததாகச் சொல்வர். இங்கே கலியுக நாயகன் தனசேகரனுக்கு மூன்று குழந்தைகள் தான். ஆனாலும் குலசே கரனின் நிதிநிலைமை குசேலரையும் மிஞ்சி நின்றது.

கொரோனா வந்தாலும் வந்தது; வேலை பறிபோயிற்று. மாதச் சம்பளம் மாதச் செலவுக்கு பற்றியும் பற்றாமலும் இருந்த காலகட்டத்தில் இருக்கும் வேலையும் பறி போனதால் இனி எப்போது தொழிற்சாலையில் வேலை தொடங்கும்? தனக்கு எப்போது விடிவு காலம் பிறக்கும்? என ஏங்க ஆரம்பித்தான் தனசேகரன். மார்ச் மாதம் அறிவிக்கப்பட்ட ஊரடங்கால் ஏப்ரல் மாதம் சம்பளம் இல்லை என்பது புரிந்த மனைவி தாரிணி தன் கம்மலைக் கழற்றிக்

கொடுத்தாள், மே மாதம் வளையல்களைக் கொடுத்தாள், ஜுன் மாதம் தாலிக்கொடியைக் கொடுத்தாள், தாலியும் மூக்குத்தியும் பாரம்பரிய அடையாளமானதால் கழட்டப்படாமல் இருந்தன.

இனியாவது தொழிற்சாலை திறக்கப்படுமா என்று தனசேகரன் கவலைப்பட ஆரம்பித்தான். வெயிலின் கொடுமையால் மூன்றாவது குழந்தைக்கு அம்மை நோய் தாக்கியது. தாரிணி குழந்தையை டாக்டரிடம் காண்பித்தாள். முதல் நாள் நோயின் தாக்கம் உடல் வெப்பத்தில் தெரிந்தது; உடல் தீயாக கொதித்தது. குழந்தை வெப்பம் தாங்காமல் கண்கள் மூடிய நிலையில் படுக்கையில் அரற்றிக்கொண்டிருந்தான். ஒன்றரை வயது குழந்தை ஒரே நாளில் துவண்டு போனான்.

மருத்துவர் எழுதிக் கொடுத்த மருந்து சீட்டை கையில் எடுத்துக்கொண்டு தனசேகரன் அயர்ன் செய்யப்படாத பேன்ட் சட்டை அணிந்துகொண்டு வீட்டை விட்டு வெளியே வந்தான். கையில் ஒத்தப் பைசா கிடையாது; கொரோனா யுகத்தில் கடன் கொடுப்போரும் யாரும் இல்லை. வேலை இல்லாதவன் என்பதாலேயே வீதியில் பார்க்கும் நண்பர்களும் உறவினர்களும் எங்கே கடன் கேட்டு விடுவானோ என்று அவனை கண்டும் காணாததுபோல் விலகிச் செல்வதை அவன் உணர்ந்தான். அவன் வேண்டுமானால் குசேலராக இருக்கலாம்; ஆனால் கிருஷ்ணராக நண்பர்கள் தயாராக இல்லை.

மருந்து சீட்டை சட்டைப் பையில் திணித்து விட்டு கால் போன போக்கில் நடக்கலானான். ஊருக்கு வெளியே இருக்கும் பார்க் வந்ததும் பார்க்கில் நுழைந்து ஒரு பெஞ்சில் உட்கார்ந்தான். மருந்து சீட்டை கையில் எடுத்துப் பார்த்தான். எழுத்துக்களை கண்ணீர் மறைத்தன. குழந்தை முகம் தான் தோன்றியது. தலையை தூக்கிப் பார்த்தபோது பார்க்கின் முன்னே 'ஒரு குடும்பம் ஒரு வாரிசு' என்று கொட்டை எழுத்தில் எழுதப்பட்ட அரசாங்க பேனர் கண்ணில் பட்டது. அவன் மனம் திடீரென கணக்கு போட ஆரம்பித்தது.

ஒவ்வொரு குழந்தைக்கும் மாதம்தோறும் குறைந்த அளவு ஆனாலும் ஏழு கிலோ அரிசி, அரை கிலோ பருப்பு, காய்கறிகள், ஸ்கூல் பீஸ், அது, இது, என..... மூன்று குழந்தைகளில் ஒன்று குறைந்தால்....... மனதில் தோன்றிய அதிபயங்கர சிந்தனையில் தனசேகரன் அழ ஆரம்பித்தான்.

வறுமை, தனிமை இரண்டும் அவன் மனதில் இத்தகைய கொடூர சிந்தனைக்கு வழி வகுக்கின்றன என்பதை புரிந்ததும் உடனே எழுந்தான். விறுவிறுவென வீட்டை நோக்கி நடந்தான். வேகமாக உள்ளே சென்று கட்டிலைப் பார்த்தான். குழந்தை ஜூரம் தணிந்து நிம்மதியாக தூங்கிக் கொண்டிருந்தான். அவனைத் தூக்கி தன் தோளில் சாய்த்துக் கொண்டான்.

தாரிணி தானே முன்வந்து,"அம்மை விளையாட்டு காட்டத்தான் செய்யும். பக்கத்து வீட்டு பாட்டி வந்து மருந்து கொடுக்க வேண்டாம். சரியாகி விடும் என்றார்கள்.மருந்து வாங்கப் போக வேண்டாம்." என்றாள். அதே நேரத்தில் அரசாங்கம் கொடுத்த விலையில்லா டிவியில் நாளை முதல் ஊரடங்கு தளர்வுகள் அறிவிக்கப்பட்டன. தொழிற்சாலைகள்   50%

ஊழியர்களுடன் திறக்க அரசாங்கம் அனுமதி அளிப்பதாக செய்தி வந்தது. தனசேகருக்கு அப்போதுதான் புரிந்தது,"இதுவும் கடந்து போகும்" என்பது.

17.விபூதி

விபூதி

சிவன் கோவிலை நடுநாயகமாக கொண்டு அமைந்தது அந்த ஊர். ஊர் சிறியது தான்.ஆனால் அங்கு வாழும் மக்கள் சிவபக்தியில் சிறந்து விளங்கினர். அந்த ஊரில் பிறந்து வளர்ந்து வாழ்ந்தவர் சிவகாமி அம்மாள். சிறுவயதில் பெற்றோர்களுடன் சிவன் கோவில் போவது வழக்கமான ஒன்று.

கோவில் மிகப் பழமையானது. அதனால் சுவர்கள் பாழடைந்து பழுது பார்க்கப் படாமல் இருந்தன. கோவிலின் சிறிய கருவறையைச் சுற்றி ஒரே ஒரு வெளிப்பிரகாரம் மட்டுமே உண்டு. சிவன் சன்னதிக்கு எதிரே உள்ள நந்தியும் கொடிமரமும் தாண்டி ஒரு பெரிய ஆலமரம் இருந்தது. ஆல மரத்தை சுற்றி ஒரு மேடை கட்டப்பட்டிருந்தது.

கோவிலுக்கு வருவோர் சிறிது நேரம் அமர்ந்து செல்ல கோவிலைச் சுற்றி மணல் பரப்பாக இருப்பதால் அந்த ஆல மரத்தடி மேடையைத் தான் அனைவரும் பயன் படுத்துவர். பிரதோஷம் போன்ற முக்கிய நாட்களில் நந்திக்கு அருகில் யாகம் வளர்த்து பூஜை செய்வதும், யாக குண்டத்தின் சாம்பலை விபூதி பிரசாதமாக அனைவருக்கும் வழங்குவதும் பூசாரிகள் பரம்பரை பரம்பரையாக செய்து வரும் வழக்கம்.

சிவகாமி அம்மாள் சிறு வயதில் இருந்தே அந்த விபூதியை பயபக்தியுடன் வாங்கி நெற்றியில் பூசுவதும் மீதியை பத்திரமாக வீட்டிற்கு கொண்டு வந்து பூஜை அறையில் வைத்து தினமும் குளித்த பின் அதை நெற்றியில் இட்டுக் கொள்வதும் வழக்கமான ஒன்று. திருமண வயதில் வெளியூர் மாப்பிள்ளை பார்க்க மனமில்லாமல் பெற்றோர்கள் உள்ளூர் மாப்பிள்ளைக்கு சிவகாமியை மண முடித்துக் கொடுத்தனர். இதனால் சிவகாமிக்கு கோவிலுக்கு போவதும் பயபக்தியுடன் விபூதி பிரசாதம் வாங்குவதும் தடையில்லாமல் நடந்தேறியது.

பிள்ளைகள் பிறந்தார்கள்,ஆண் ஒன்று,பெண் ஒன்று என அமைந்ததால் சிவகாமியும் அவள் கணவரும் மிகவும் மகிழ்ச்சி அடைந்தார்கள். விபூதி மேல் இருந்த

நம்பிக்கையும் நாளுக்கு நாள் அதிகம் ஆயிற்று. வருடங்கள் ஓடின. பிள்ளைகள் பெரியவர்களானதும் இருபதாம் நூற்றாண்டு வாழ்க்கைக்கு மாறியதால் மேற்படிப்புக்காக வெளியூர் சென்றவர்கள் அப்படியே வேலைக்காக வெளிநாடு சென்று அங்கேயே செட்டில் ஆனார்கள்.

பெற்றோர்களுக்கு சொந்த ஊரை விட்டு வர மனமே இல்லை.சிவகாமி அம்மாளின் கணவர் தனது எழுபதில் இயற்கை எய்தினார். அறுபதைத் தாண்டிய சிவகாமி அம்மாளை தனியே விட மனமில்லாமல் தங்களுடன் அழைத்துச் சென்றனர் பிள்ளைகள்.

சிவன் கோவிலின் பூசாரிக்கும் வயதானது.அவர் மறைவுக்குப் பின் அவர் மகன் கோவில் பொறுப்பை ஏற்றுக்கொண்டார். காலத்திற்கேற்ற மாற்றங்கள் கோவிலிலும் ஏற்படலாயிற்று.கோவில் மடப்பள்ளியில் விறகடுப்புக்குப் பதிலாக கேஸ் அடுப்பு, எண்ணெய் விளக்குகளுக்கு பதிலாக டியூப்லைட், மணற்பரப்பெல்லாம் பளிங்கு தரை என்று மாற்றம் பெற்றன.

இதனால் ஆலமரத்தடியில் அமராமல் மக்கள் யாகம் நடக்கும் இடத்திற்கு அருகில் அமர்ந்து கொள்ள ஆரம்பித்தனர். எத்தனை நவீன மாறுதல்கள் வந்தபோதும் யாகம் நடத்துவதும் யாகத்தின் சாம்பலை விபூதிப் பிரசாதமாக வழங்குவதும் மட்டும் மாறவே இல்லை; என்றும் அது மாறாத நிகழ்வாக நடப்பதை ஊர்மக்கள் பெருமையாகப் பேசிக் கொண்டார்கள்.

வெளிநாட்டில் இருந்தாலும் சிவகாமி அம்மாளுக்கு தன் ஊர், கோவில், விபூதி பிரசாதம் இவைகளை அவளால் நினைக்காமல் இருக்க முடியவில்லை. தன் மகன் வீட்டில் இருக்கும் போது மருமகளிடமும் பேரன் பேத்தி இருவரிடமும் இதைப் பற்றி அடிக்கடி பேசுவார்.

மாமியார் மெச்சும் மருமகள் என்பதால் மருமகள் மாமியார் சொல்வதைப் பொறுமையாகக் கேட்டுக் கொள்வாள். மாமியாரின் ஏக்கத்தைப் போக்க ஒருமுறை அவரை மீண்டும் இந்தியாவிற்கு அழைத்துச் செல்ல கணவருடன் சேர்ந்து முடிவெடுத்தார்.

மகன் இந்தியா வர சௌகரியப்படாததால் மருமகள், பேரன், பேத்தி இவர்களுடன் சிவகாமி அம்மாள் சொந்த ஊர் வந்தார். மருமகளுக்கும் பேரன் பேத்தி இருவருக்கும் தான் வாழ்ந்த வீட்டைச் சுற்றிக் காண்பித்தார்.மாலை அனைவரும் சிவன் கோவில் சென்றனர். அன்று பிரதோஷம் என்பதால் யாகம் நடந்தது. பூசாரி மகன் சிவகாமி அம்மாவை அடையாளம் கண்டு கொண்டு நலம் விசாரித்தார்.

சிவகாமி அம்மாள் பெருமையுடன் தன் மருமகள், பேரன், பேத்தி மூவரையும் அறிமுகப்படுத்தி கோவிலை சுற்றி வந்து விபூதிப் பிரசாதத்தை என்றும் போல் பயபக்தியுடன் கைகளில் வாங்கிக் கொண்டார். மருமகளும் மாமியார் போலவே விபூதியை வாங்கிக்கொண்டு குழந்தைகளுக்கும் கண் ஜாடை காட்ட அவர்களும் தங்கள் ஐயாம்மையைப் போலவே மிகவும் பவ்யமாக கைகளை நீட்டி விபூதியை வாங்கி கொண்டார்கள்.

ஆலமரத்தடி மேடைக்குச் சென்று அமர்ந்த சிவகாமி அம்மாள் தன் பழைய நினைவுகளில் மூழ்கினாள்.

குழந்தைகள் இருவரும் சிறிது நேரம் ஆலமரத்தைச் சுற்றி விளையாடினார்கள். மருமகள் அமர்ந்திருந்த இடத்திற்கு அருகே வந்த பூசாரி அவளிடம் கோவிலுக்கு காணிக்கை அனுப்ப வேண்டி தன் பேங்க் அக்கௌன்ட் விவரங்களை கூறிக்கொண்டிருந்தார். மருமகளும் காலத்திற்கேற்ற கோலம் என நினைத்துக்கொண்டே விபரங்களை தன் மொபைலில் சேகரித்து கொண்டாள்.

அந்த நேரத்தில்....... பின்புறம் உள்ள மடப்பள்ளியில் இருந்து சமையல்காரர் நைவேத்திய பாத்திரங்களை கழுவுவதற்காக வெளியே கொண்டு வந்து வைத்தார்.பாத்திரங்கள் அனைத்தையும் குழாயடியில் வைத்தபின் நேரே யாககுண்டம் பக்கத்தில் சென்று யாககுண்டத்தில் இருந்து ஒரு கைப்பிடி அளவிற்கு சாம்பலை எடுத்தவர் பாத்திரங்கள் இருக்கும் இடத்திற்கு வந்து ஒரு பாத்திரத்தை எடுத்து அதன் மேல் வைத்து கரகரவென தேய்க்க ஆரம்பித்தார்.

18.அம்மா, இது என்ன மாயம்!

அம்மா, இது என்ன மாயம்!

உயிருடன் இருந்த வரையில் நான் அம்மா பக்கத்தில் ஒரு ஐந்து நிமிடம் கூட உட்கார்ந்தது இல்லை; அவளைப் பார்த்ததும் இல்லை; அவள் கூறும் வார்த்தைகளை கொஞ்சம் கூட செவிசாய்த்து கேட்டதில்லை; அவளைப் பற்றி சிறிதளவு கூட நினைத்துப் பார்த்ததில்லை.ஆனால் இன்று அவள் இல்லை என்றதும் எனக்கே தெரியாமல் என்னையும் அறியாமல் ஒவ்வொரு நிமிடமும் அவள் குரலைக் கேட்கிறேன்; அவளையே நினைக்கிறேன். இது என்ன மாயம்!

ஒவ்வொரு வருடமும் பனிக்கால விடுமுறையிலும் கோடைகால விடுமுறையிலும்

சந்தானம் தன் மனைவி ஜானகி,மகன் ஆதி,மகள் பாரதி இவர்களுடன் அம்மாவைப் பார்க்க தான் பிறந்து வளர்ந்த கிராமத்திற்கு காரில் வந்து இறங்குவான்.அப்பாவின் அகால மரணத்திற்குப்பின் அம்மாவும் தனியாளாக அந்த வீட்டில் வாழ்ந்து அவனையும் மிகுந்த அன்புடனும் அக்கறையுடனும் வளர்த்தாள்.

மேற்படிப்பிற்காக வெளிநாடு செல்ல சந்தானம் புறப்பட்டான்.அம்மா தனியாக வீட்டில் இருந்தாள். ஆனால் உண்மையில் அவள் தனியாளாக தன்னை ஒருபோதும் நினைத்ததில்லை. அவளுடன் பிங்கி என்ற ஒரு பெண்நாய், மீட்டு என்று ஒரு கிளி, வீட்டின் பின்புறத்தில் ஒரு மாதுளை மரம், அவரைக்கொடி அவளின் உறவாக அங்கே வளர்ந்தன. அம்மா அவர்களுடன் பேசிக்கொண்டே தான் தன் வேலைகளை கவனிப்பாள்.

ஒருமுறை பேரன் ஆதி அவள் இவ்வாறு பேசிக் கொண்டிருப்பதைப் பார்த்து கிண்டல் செய்தான்,"ஐயாம்மை! யார் கிட்டே பேசறீங்க? இங்கே தான் உன் பேச்சை கேட்க யாருமே இல்லையே?" ஆனால் அம்மா,"ஏன் யாருமில்லை?இதோ இங்கே பிங்கி இருக்கு; மீட்டு இருக்கு; மாதுளை இருக்கு; அவரை க்கொடி

இருக்கு; இதெல்லாம் கேட்டுக்கொண்டே தானே இருக்கிறது.'' என தயங்காமல் புன்னகையுடன் பதில் சொன்னாள்.

இரவிலோ கதையே வேறு மாதிரி. தனிமையையே தன் வாழ்க்கையாக ஏற்றுக் கொண்ட அம்மா வீட்டு மொட்டை மாடியில் படுத்துக் கொண்டு வானில் தெரியும் விண்மீனிடம் பேச ஆரம்பிப்பாள். இவ்வாறு பகலிலும் இரவிலும் வீடு முழுவதும் சுற்றிவரும் அம்மா இனியில்லை. புரோகிதர்கள் வந்தனர். இறுதிச் சடங்குகள் அனைத்தும் முடிந்தன.புரோகிதர்கள் செல்லும்முன்,'' தம்பி, அம்மாவை மறக்காமல் இதே போல் ஒவ்வொரு வருடமும் திதி கொடுத்து விடு.'' எனச்சொல்லி புறப்பட்டார்கள்.

நாளை காலையில் வெளிநாடு செல்ல புறப்பட வேண்டிய எல்லா ஏற்பாடும் செய்தாயிற்று.ஆனால் காலையில் காரில் ஏறுமுன் ஏனோ தெரியவில்லை சந்தானம்,'' ஆதி, பாரதி வாங்க நாம் போய் பிங்கி,மீட்டு, மாதுளை, அவரை எல்லாவற்றையும் பார்த்துவிட்டு சொல்லி விட்டு வரலாம்.'' என்று சொன்னதும் அவனை அனைவரும் வியப்புடன் பார்த்தனர்.

19.எவ்வளவு காலந்தான் நான

எவ்வளவு காலம்தான் நானும்.....

வீட்டில் இன்று இரவு விருந்துக்கு ஏற்பாடு நடைபெற்றுக் கொண்டிருந்தது வினித் அமெரிக்காவிலிருந்து படித்து முடித்து வந்திருக்கிறான். அங்கேயே வேலைக்கும் ஏற்பாடு செய்து விட்டான். அவன் திரும்பும் முன் அவனுக்கு மணம் முடிக்க பெற்றோர் விரும்பினர். வனிதா வினித்தின் மாமா பெண்; சென்னை நகரில் பிறந்து வளர்ந்த நாகரிக பெண்; அவள் தாயார் ரோஸி டெல்லியில் பிறந்து வளர்ந்தவள். தன்னைப் பற்றியே மிகப் பெருமையாக நினைப்பவள். வனிதாவை மார்டன்கேளாக வளர்ப்பதாகச் சொல்லி அவளை எப்பொழுதும் கவுன், பேன்ட்- சட்டை போடச் சொல்வாள்.

வீட்டிற்கு யார் வந்தாலும், அவர்கள் இளைஞர்களாக இருப்பினும், அவர்களை தானே வரவேற்று உபசரித்து பேசுவாள். அவர்களின் கைகளைப்பிடித்துக் குலுக்குவது,தோள்மேல் தட்டித்தட்டி பேசி சிரிப்பது எதுவுமே மகள் வனிதா விற்கு பிடிப்பதில்லை; அவள் அப்பாவிற்கும் பிடிக்காது என்று தெரியும்.ஆனால் இருவருமே ரோஸியிடம் இது பற்றிப் பேசத் தயங்கினர்.

ஆனால் எவ்வளவு காலம்தான் வனிதாவும் பொறுப்பாள்.....அம்மா அவளை இன்றும் விருந்திற்காக என்றும் போல் கவுன் போடச்சொல்லி எடுத்து வைத்து விட்டுப் போனாள். வனிதா மனதில் ஓர் முடிவு எடுத்தாள். அழகான அவள் வெண்ணிறஅழகுக்கு பொருத்தமான ரோஜா கலர் புடவையை அதற்கு மேட்சாக கண்கவர் டிசைனர் பிளவுஸ் போட்டு அணிந்துகொண்டாள்; தலையை பின்னலிட்டு நெற்றிச்சுட்டி அணிந்து,அலங்கார பொட்டிட்டு, மல்லிகை மலர் சூடி, பெண்ணுக்கு உரிய நளினத்துடன் விருந்து நடக்கும் அறைக்கு வந்தாள்.

வினித் மட்டுமல்லாமல் அனைவரும் அவளை வியப்புடன் பார்த்தனர். வினித்தின் பார்வையில் காதல் தெரிந்ததும் ரோஸியின் தாயுள்ளம் தடம்புரண்டது; அவள்

சமையலறை நோக்கி நடக்க ஆரம்பித்தாள் மற்ற வேலைகளை கவனிக்க...........

சமையலறை நோக்கி நடக்க ஆரம்பித்தாள் மற்ற வேலைகளை கவனிக்க...........

20.பிங்க் பட்டுப் பாவாடை

பிங்க் பட்டுப் பாவாடை

நடுத்தரக் குடும்பங்களில் வானவில்லைப் போல், வான வேடிக்கைகளைப் போல் கணத்தில் வண்ணமயமாக தோன்றி மறையும் முதல் காதல் அனுபவம் மிகவும் விசித்திரமானது.

20 வருடங்களுக்கு முன் மோனிகாவும் மோகனும் பள்ளியில் பயிலும் பாலகர்களாக இருந்த நேரத்தில் ஒரு திருமண வீட்டில் இருவரும் சந்தித்தனர். திருமணத்திற்கு இரண்டு தினங்களுக்கு முன்பாகவே உறவினர்களால் வீடு நிரம்பி இருந்தது. மறுநாள் மண்டபம் செல்ல எல்லோரும் ஆயத்தமாகிக் கொண்டிருந்தார்கள். இரவு நேரத்தில் பள்ளிப் பருவத்து பாலகர்கள் பலரும் 'அந்தாக்ஷரி' என்னும் பாட்டு போட்டி விளையாடிக்கொண்டிருந்தார்கள். திடீரென்று கரண்ட் போனது. அரை மணி நேரம் ஆகியும் கரண்ட் வரவில்லை. வீட்டுப்பெண்கள் மெழுகுவர்த்தி ஏற்றி வைத்தார்கள். சிறுவர்களும் சிறுமிகளும் தங்கள் போட்டியை இருட்டிலும் விடாமல் தொடர்ந்து பாடிக் கொண்டிருந்தார்கள்.

ஒரு குரூப்பில் மோகனும், மற்றொரு குரூப்பில் மோனிகாவுமாக பாடிக் கொண்டிருந்தார்கள்.

" ராஜாவின் பார்வை ராணியின் பக்கம்

கண் தேடுதே சொர்க்கம்.........ம்.....ம............."

" மாமா உன் பொண்ண கொடு டு டு ...உ...."

"உன்னை அறிந்தால், நீ உன்னை அறிந்தால் உலகத்தில் போராடலாம்.....

உயர்ந்தாலும் தாழ்ந்தாலும் தலை வணங்காமல் நீ வாழலாம்....ம்.....ம...."

மோகன் குரூப்பில் பழைய பாடல்கள் பாடப்பட்டது. மோனிகா குழுவினர் திண்டாட ஆரம்பித்தார்கள்.அவர்கள் தோற்றதாகக் கூறி மோகன் குரூப்பினர் சிரித்து கேலி பேசினர். மோனிகாவால் தோல்வியை ஏற்றுக்கொள்ள முடியாமல் அவள் அழ ஆரம்பித்தாள். அழுவதைப் பார்த்தால் கேலி செய்வது அதிகமாகும் என்பதால் ஒரு தூணின் பின்னால் நின்று கண்ணீர் வடித்தாள். இதை கவனிக்காத மற்றவர்கள் சிரித்து பேசிக்கொண்டு உறங்கப்

போனார்கள். மோகன் மட்டும் மோனிகாவை கவனித்து விட்டான்.

மெழுகுவர்த்தி ஒளியில் அவளது பிங்க் பட்டுப் பாவாடையும், சட்டையும், இரட்டை பின்னலில் பிங்க் ரிப்பன்,மேட்சாக பின்க் கலர் ரோஜா மலர்கள் சூடி இருந்ததால் அவள் ஒரு பிங்க் பியூட்டி தேவதை போல் ஒரு கணம் மோகனது கண்களுக்கு தோன்றினாள். அவள் அருகே சென்று தேற்ற அவன் மனம் விரும்பியது. ஒரு கணம்தான். அனைவரும் அவளை கூப்பிடவும் அவள் அங்கிருந்து சிட்டாகப் பறந்து ஓடினாள்.

இப்பொழுது மோனிகா ஒரு குடும்பத்தலைவி. மோகனும் கல்லூரி, படிப்பு,வேலை, குடும்பம் என வளர்ந்து விட்டான்.ஆனாலும் அவனால் தன் மனதின் ஒரு மூலையில் மலர்ந்த அந்த முதல் காதலை அவனால் மறக்க முடியவில்லை. மோனிகா இருக்கும் இடம் தெரிந்ததும் முதலில் போன் செய்து தன் வரவை உறுதி செய்தான்.

போனில் அவன் குரலைக் கேட்டதுமே மோனிகாவிற்கு புரிந்தது. காலிங் பெல் சத்தம் கேட்டதும் கதவைத் திறந்தாள். மோகன் தான் வந்திருந்தான்.

"உள்ளே வாருங்கள்.அவர் ஆபீஸிலிருந்து இன்னும் வரவில்லை. உட்காருங்கள்" என்றாள்.

" நான் உன்னைத்தான் பார்க்க வந்தேன். என்னை நினைவிருக்கிறதா?" என்று கேட்டான்.

"ஆ…..ஆமாம்…. உங்களை பார்த்திருக்கிறேன்."

"20 வருடங்களுக்கு முன்னால் மீனா மாமி வீட்டு கல்யாணத்தின் போது பார்த்த ஞாபகம் இருக்கா? நீங்கள் அப்போது பிங்க் பட்டு பாவாடை, சட்டை அணிந்து இருந்தாய்." மிகவும் ஆவலாக மோகன் விவரிக்க ஆரம்பித்தான். ஆனால் மோனிகா கண்கள் விரிய கேட்டுக் கொண்டாளே தவிர எதுவும் பேசவில்லை.

அப்போது வாசலில் காலிங் பெல் சத்தம். ஸ்கூல் விட்டு குழந்தைகள் வந்து சேர்ந்திருந்தனர். குழந்தைகளைப் பார்த்ததும் மோனிகா," அங்கிளுக்கு வணக்கம் சொல்லுங்கள்" என்றாள். அந்த நேரத்தில் வேலைக்காரி காபி கொண்டு வந்து வைத்தாள்.

" காபி சாப்பிடுங்கள்" என்று மோனிகா கூறினாள்.

மோகனும் காபியை அருந்தியபடி மிகவும் யோசித்தான்.'' நாம்தான் மிகவும் ஆவலாக இங்கு வந்துவிட்டோம். அவளுக்கு நினைவில்லை.'' இந்த எண்ணம் வந்ததுமே அவனுக்குள் ஏமாற்றம் ஏற்பட்டது.'' நான் போகவேண்டும், வருகிறேன்'' என்று கூறிவிட்டு கிளம்பினான்.

வாசல்வரை வந்து படியை தாண்டாமல் அங்கேயே நின்று கொண்டாள் மோனிகா. மிகவும் ஏமாற்றத்தோடு செல்லும் மோகனை பார்த்துக்கொண்டு நின்ற அவள் மனதில் ஒரு எண்ணம் ஓடியது.'' நீ ஆண்மகன். உன் ஆவலை வெளிப்படுத்தி விட்டாய். நான் தமிழ்ப்பெண்.அதுவும் ஒரு குடும்பத் தலைவி. எப்படி என் கணவனையும் குழந்தைகளையும் என் முந்தானையில் முடிந்து வைத்துக் கொண்டிருக்கின்றேனோ அதுபோல் அறியாப் பருவத்து காதல் நினைவுகளையும் முந்தானையின் ஓரத்தில் முடிந்து தான் வைக்க முடியும். என்னால் அவிழ்த்துவிட முடியாது.ஆனால் அவள் மனக்கண்ணில் ஒரு பிங்க் பட்டுப் பாவாடை அணிந்த பெண் குழந்தை மோகனின் பின்னே துள்ளிக்குதித்து ஓடும் காட்சி தோன்றியது.

21.அதிதி தேவோ

அதிதி தேவோ பவ

மதுரை மாநகருக்கு புறத்தில் அமைந்திருப்பது பசுமலை கிராமம். கிராமம் பச்சைப்பசேலென பசுமையாக இருக்கும். கிராமத்து மக்களும் மிகவும் கண்ணியமானவர்கள்.இக் கிராமத்தில் பிறந்து வளர்ந்தவர் கன்னையா பிள்ளை. மனைவி காமாட்சி அம்மாள். கருத்தொருமித்த இருவருக்கும் குழந்தைகள் இல்லை. இதனால் இருவரும் தங்கள் உறவினர்களிடம் இருந்து விலகியே வாழ்ந்தனர். கிராமத்திலேயே பெரிய வீடு இவர்களுடைய வீடு பெரிய வீடு.

பெரிய வீடு என்றதும் நகரத்து பங்களா மாதிரி இருக்கும் என எண்ணவேண்டாம். சாதாரண கிராமத்து ஓட்டு வீடுதான். ஆடம்பரமான பளிங்கு கற்களை பதிக்காமல் தரை சிவப்பு நிற சிமெண்ட் கலவையால் மெழுகப்பட்டிருக்கும். வாசலில் பெரிய மரக்கதவு பித்தளை கைப்பிடியும் குமிழிகளும் அமையப்பெற்றிருக்கும். வீட்டின் முன்னே பரந்து விரிந்த முற்றம். முற்றம் தாண்டி மூங்கில் தடுப்பு வேலிகளும் இருக்கும். வீட்டின் நடுக்கூடத்தில் பெரிய தேக்கு மரப் பலகையால் ஆன ஊஞ்சல் ஒன்று தொங்கிக்

கொண்டிருக்கும். வயதான தம்பதிகள் அவ்வப்போது ஓய்வெடுக்க அதில் தலைசாய்த்து படுப்பது வழக்கம்.

வீட்டைச்சுற்றி முன்பக்கம் பின்பக்கம் பக்கவாட்டில் என பல சின்னச் சின்ன வீடுகள் உள்ளன.அவ்வீட்டில் உள்ளவர்கள் அனைவரும் வயதான தம்பதியர்களை காலை பகல் மாலை இரவு என எல்லா நேரத்திலும் ஒருவர் மாற்றி ஒருவர் வந்து நலம் விசாரித்து செல்வதும் வழக்கமான ஒன்றாக இருந்தது. இதனால் தம்பதிகள் இருவரும் தங்கள் தனிமையை மறந்து, இருப்பதைக் கொண்டு சிறப்பாக வாழ்ந்தனர்.

கன்னையாவிற்கு விவசாயம் தெரியாது. அவர் பரம்பரையில் அப்பா, தாத்தா, கொள்ளுத் தாத்தா என அனைவரும் பஞ்சாயத்து தலைவர்களாக வாழ்ந்து பெயர் பெற்றவர்கள். எனவே கன்னையாவும் ஓர் அரசாங்க அதிகாரியாக வேலை பார்த்து ஓய்வு பெற்றவர். சொந்த வீடும், குழந்தையின்மையும் அவர்களிடம் சேமிக்கும் எண்ணத்தை அடியோடு அழித்து விட்டது. எனவே தற்சமயம் கிடைக்கும் பென்ஷன் பணத்தை வைத்து காலம் தள்ளிக் கொண்டு இருந்தனர்.

ஒருநாள் காலையில் ரிக்ஷா ஒன்று அவர்கள் மூங்கில் கதவருகில் வந்து நிற்பதை கன்னையா கவனித்தார். காலை நேரம் ஆனதால் பக்கத்து வீட்டுக்காரரும் அவரருகில் நின்று பேசிக் கொண்டிருந்தவர்," யாரோ விருந்தாளிகள் வராப்பல தெரியுதே!" என்று சொன்னதும் உடனே கன்னையா," யாராவது அட்ரஸ் கேட்டு வந்து இருப்பார்கள்" என்றார்.

ஏனென்றால் கடந்த 2,3 ஆண்டுகளாக அவர்கள் வீட்டிற்கு விருந்தாளி யாரும் வந்தது இல்லை. ரிக்ஷாவிலிருந்து ஒரு இளைஞனும் அவனது மனைவியும் குழந்தையும் இறங்கியதும் கன்னையாவிற்கு இவர்கள் தன் நெருங்கிய சொந்தக்காரர்கள் என்பது தெரிந்தது." அட,நம்ம கணேசனா! இவ்வளவு தூரம் வந்திருக்கே, ஆச்சரியமா இருக்கே!" எனக் கூறிக்கொண்டு கண்ணையா மூங்கில் கதவைத் திறந்து அவர்களை வரவேற்கச் சென்றதும் பக்கத்து வீட்டுக்காரர் தன் வீட்டை நோக்கிச் சென்று விட்டார்.

" வணக்கம் பெரியப்பா!" என்று கணேசன் தன் கைகளை கூப்பி வணங்கிட கன்னையா தன் தம்பி மகன் கணேசனைத் தன் நெஞ்சோடு அணைத்துக்கொண்டார். மருமகள் காமினியும் கைகளைக் கூப்பி வணக்கம் தெரிவித்த பின் தன் குழந்தையையும்," தாத்தாவிற்கு வணக்கம் சொல்லுமா" என்று கூற இரண்டு வயது பிங்கி,"ஹை, தாத்தா" என மழலையில் சொன்னதை கேட்டதும் கண்ணையாவிற்கு மகிழ்ச்சி தாளவில்லை. " இங்கே வந்து பார்.... யார் வந்திருக்காங்கன்னு" என்று கூடத்தில் இருக்கும் தன் மனைவியை உரக்கக் கூவி அழைத்தார்.

காமாட்சியம்மாள் மெதுவாக காலை எடுத்து வைத்து நடந்து வந்தார். கடந்த ஓராண்டாக அவர் மூட்டு வலி வந்து அவதிப்பட்டுக் கொண்டிருந்தார்.மதுரைக்கு அழைத்துக்கொண்டுபோய் பெரியாஸ்பத்திரியில் வைத்தியம் பார்க்க வசதிப்படாததால் வீட்டிலேயே தைலம் தடவி நடந்து கொண்டிருந்தார்."பெங்களூரில் உங்கள் கல்யாணத்தின் போது பார்த்தது; இப்பவாவது

வரணும்னு தோணுச்சே.... வாப்பா, வாம்மா, கண்ணு உன் பெயர் என்ன?" என முகம் மலர அவர்களை வரவேற்றார் காமாட்சியம்மாள்.

ரிக் ஷாகாரனை அனுப்பி விட்டு சூட்கேஸை எடுத்துக் கொண்டு மனைவி குழந்தையுடன் பெரியப்பா வீட்டிற்குள் பிரவேசம் செய்தான் கணேசன். வராதவர்கள் வந்ததில் தம்பதிகள் இருவருக்கும் தலைகால் புரியவில்லை. காமாட்சி அம்மாள் தன் வலியை மறந்தார். கண்ணையா கணேசனும் அவன் மனைவியும் காலைக்கடன்களை முடிக்க வசதி செய்து கொடுத்தார். காமாட்சி சமையலறைக்குள் நுழைந்து டப்பாவில் இருந்த கோதுமை மாவு முழுவதையும் பிசைந்து இருக்கும் எண்ணெயில் பூரி போட ஆரம்பித்தார். வீட்டில் ஃப்ரிட்ஜ் கிடையாது. எனவே வீட்டில் இருந்த உருளைக்கிழங்கை வைத்து மணக்க மணக்க கிழங்கு மசாலா தயார் செய்து மூவரையும் சுடச்சுட சாப்பிட வைத்தார். உதவி செய்ய காமினி வந்த போதும் மிகவும் வாஞ்சையுடன் அவள் கைகளை பற்றிக்கொண்டு," நீயும் அவனுடன் சாப்பிட உட்கார். நான் பார்த்துக்கொள்கிறேன். எனக்கு எந்த சிரமமும் இல்லை" எனக் கூறி விட்டார்.

9 மணி ஆனதும் கணேசனும் காமினியும் வெளியே செல்ல கிளம்பினார்கள். கண்ணையாவிடம்,"பெரியப்பா,நான் ஆபிஸ் வேலையாகத் தான் வந்திருக்கிறேன். மதுரையில் வேலை. அங்கே நான் தங்குவதற்கு ஆபிஸிலேயே ஏற்பாடு செய்திருக்கிறார்கள். ஆனால் குழந்தைக்கு அங்கே போரடிக்கும். அதனால் வேலை முடியும் வரை நானும் காமினியும் அங்கே தங்கலாம் என

நினைக்கின்றோம். பிங்கியை உங்களிடம் மூன்று நாட்களுக்கு விட்டு விட்டு போகலாம் என தோன்றியது. உங்களுக்கு சரிப்படுமா?” எனக் கேட்டதும் தம்பதிகள் இருவரும் ஒருசேர,”அதென்னப்பா அப்படி கேட்கிற! எங்கள் பேத்தி…… அவளைப் பார்த்துக் கொள்ள கொடுத்து வைத்திருக்க வேண்டும்” என்று சொன்னதும் கணேசனும் காமினியும் பிங்கியிடம்,”பை, பை” சொல்லி புறப்பட்டுச் சென்றனர்.

மதியம் சாப்பாடு செய்ய சமையல் அறைக்குள் சென்ற காமாட்சி அம்மாள் கன்னையாவிடம் வந்து,” ரேஷன் அரிசி கொட்டை அரிசியாக இருக்கும். நல்ல அரிசியாக வாங்கி வருகிறீர்களா?” எனக் கேட்டதும், சரி எனச் சொல்லி கண்ணையா அந்த கிராமத்தின் ஒரே மளிகைக்கடையான முருகன் மளிகைக் கடை.க்குச் செல்லும் பையை எடுத்தார்.பிங்கி தானும் வருவதாகச் சொன்னதும் காமாட்சி அம்மாள் சிரித்துக்கொண்டே,” தாத்தாவுடன் வர வேண்டுமென ஆசைப்படுகிறாள். பேத்தியை அழைத்துக்கொண்டு போங்க” எனச் சொன்னார். தாத்தா என்ற வார்த்தையில் மயங்கிய கன்னையாவும் உடன் அழைத்துக் கொண்டு சென்றார்.கடைக்காரர் மிகவும் நல்லவர்; சூழ்நிலை புரிந்தவர். கண்ணையா பையை தூக்கிக்கொண்டு வந்து இருப்பதை பார்த்ததும்,” விருந்தாளி வந்திருக்காப்பல” எனக் கேட்டார்.”ஆமாம், பெங்களூரில் கல்யாணத்திற்கு போனோமே….. அந்த தம்பி பையன் தான் குடும்பத்தை கூட்டிட்டு வந்து இருக்கிறான். கணக்கு வைத்துக்கொள்ளலாம். மாதாமாதம் கொஞ்சம் கொஞ்சமாக கட்டி விடுகிறேன்” என்றார் கண்ணையா. “அட எனக்கு தெரியாதா என்ன….. என்ன வேணுமோ வாங்கிட்டுப் போங்க” என்றார் கடைக்காரர். அரிசியும்

குழந்தைக்காக பருப்பும் வாங்கினார். அடுக்கி வைக்கப்பட்டிருந்த பிஸ்கட் பாக்கெட்டை காட்டி அது வேண்டும் என்று பிங்கி சொன்னதால் அதையும் வாங்கினார். மருமகள் போகும் முன் பிங்கிக்கு ஜூஸ் என்றால் மிகவும் பிடிக்கும் எனச்சொல்லி சென்றதால் லெமன் சர்க்கரையும் வாங்கிக்கொண்டார்.

வீட்டுக்கு வந்ததும் காமாட்சியம்மாள்," கடைக்காரண்ணே கணக்கு எழுதிக் கொண்டாரா?" எனக் கேட்டுக்கொண்டார். பருப்பு சாதம் வைத்து குழந்தைக்கு ஊட்டி விட்டபின் அவர்களும் சாப்பிட்டனர். லெமன் ஜூஸ் பிழிந்து மூவரும் பருகினார்கள். பிங்கிக்கு வீட்டைச் சுற்றிச் சுற்றி ஓடுவதும், ஊஞ்சலில் ஆடுவதும் மிகவும் பிடித்துப் போயிற்று. தம்பதிகள் இருவரும் குழந்தையின் விளையாட்டையும் மழலை பேச்சையும் மிகவும் ரசித்தனர். பின் வீட்டுக்காரம்மா மெதுவாக எட்டிப் பார்த்து," காமாட்சி அக்கா, வீட்டில விருந்தாளிங்க வந்திருக்காங்க போலத் தெரியுதே!" எனக் கேட்க முகம் பூரிக்க வந்தவர்களைப் பற்றி சொல்ல ஆரம்பித்தார் காமாட்சியம்மாள்."மூட்டு வலி எப்படி இருக்கு? ரொம்பவும் கஷ்டப்பட்டு காலை கெடுத்துக்காதீங்க" என என்றும் போல் அவரிடம் சொல்லிச் சென்றார் பக்கத்துவீட்டு பங்கஜம்மா. இப்படிப் ஒவ்வொருவராக வந்து விருந்தாள் பற்றி விசாரித்ததில் பெருமையில் பூரித்தனர் தம்பதிகள்.

மறுநாளும் முதல் நாளைப் போலவே இனிமையாக கழிந்தது. மூன்றாம் நாள் காலையிலேயே வேலை முடிந்து விட்டது என கணேசனும் காமினியும் வந்து சேர்ந்தார்கள். பிங்கியை அழைத்துக்கொண்டு

பெங்களூர் புறப்பட ஆயத்தமானார்கள். தெரு வரை வந்து அவர்களை பிரிய மனமில்லாமல் வழியனுப்பினர் தம்பதிகள் இருவரும். ரிக்ஷாவில் ஏறி அமர்ந்து பஸ் ஸ்டாப் செல்லும் வழியில் கணேசன் காமினியிடம்," பார்த்தாயா, மதுரை ட்ரிப் எவ்வளவு சவுகரியமாக அமைந்துவிட்டது. நீ என்னமோ பயப்பட்டாயே......... குழந்தையை பார்க்க சரியான ஆள் கிடைக்காவிட்டால் என்னால் நிம்மதியாக ஊர் சுற்ற முடியாது என்று. இப்போது பார்த்தாயா....... அந்த கிழங்கள் ரெண்டும் எப்படி நம்மை விழுந்து விழுந்து கவனித்தார்கள்! என்ன அழகாக பேபி சிட்டிங் பார்த்தார்கள்! கவனித்தாயா," எனச் சொல்லிச் சிரிக்கவும் காமினியும் சிரித்துக்கொண்டே," ஆமாம். அதுவும் செலவே இல்லாமல்!" எனக் கூறினாள்.

அங்கே பசுமலையில் கண்ணையாவும் காமாட்சி அம்மாளும் விருந்தினர்களை அனிச்ச மலர்கள் என பாவித்து அவர்கள் முகம் கோணாமல் கவனித்து அனுப்பி விட்டோம் என்ற மன நிறைவுடன் காணப்பட்டாலும் உள்ளுக்குள் இனி இரண்டு நாட்களில் மளிகைக்கடை கடன் 500 ரூபாய் ஆகிவிட்டது அதை மாதமாதம் எப்படி அடைப்பது என கணக்குப் போட ஆரம்பித்தனர். காமாட்சி அம்மாளுக்கு இப்போதுதான் மூட்டு வலிப்பது போல் தோன்றியதால் தைல பாட்டில் தேடினார். தைலம் தீர்ந்து போயிருந்தது. புது பாட்டில் வாங்க நூறு ரூபாய் ஆகும். தைல பாட்டில் வாங்காமல் சமாளித்து விடலாமே என எண்ண ஆரம்பித்தார்.

எதிர் வீட்டு டிவியில் அமீர்கான், "அதிதி தேவோ பவ" என சொல்லிக் கொண்டிருந்தது அந்த வீடுகளைச் சுற்றி சத்தமாக ஒலித்துக் கொண்டிருந்தது.

எதிர் வீட்டு டிவியில் அமீர்கான், "அதிதி தேவோ பவ" என சொல்லிக் கொண்டிருந்தது அந்த வீடுகளைச் சுற்றி சத்தமாக ஒலித்துக் கொண்டிருந்தது.

22.கிரகப்பிரவேசம்

கிரகப்பிரவேசம்

செ்ன்னை நகரில் பிறந்து வளர்ந்தவன் வீராச்சாமி; அவனது மனைவி சகுந்தலா; இரண்டு ஆண் குழந்தைகள் ராமு-சோமு; அழகான குடும்பம். வீராசாமி பெயரில் மட்டும் வீரம் இல்லை, உண்மையிலேயே அவன் மிகவும் தைரியசாலி. அவன் மனைவி சகுந்தலாவும் அப்படியே.நடுத்தர வர்க்க குடும்பம் என்பதால் வருவாயும் செலவும் சரிக்குச் சரியாக இருக்கும். அப்பா செய்த ரியல் எஸ்டேட் வேலையையே அவனும் கற்றுக்கொண்டான்.

தொழிலில் இறங்கிய பின் தான் வீராசாமிக்கு புரிந்தது ஒவ்வொரு மனிதனும் தன் குடும்பத்திற்கு என ஒரு வீடு கட்டி ஜாம் ஜாம் என கிரகப்பிரவேசம் வைத்து அதில் குடியேற வேண்டும் என்ற கனவோடு தான் வாழ்கின்றான் என்பது. அவன் மனதிலும் கிரகப்பிரவேச கனவு துளிர்விட்டு வேரூன்றி விருட்சமாக வளர்வதை உணர்ந்தான். சென்னையில் அவன் தன் பெற்றோர்களுடன் ஆரம்பத்தில் ஜன சந்தடி மிக்க திருவல்லிக்கேணியில் ஒண்டுக் குடித்தன வீட்டில் வளர்ந்தவன். அவன் சம்பாதிக்க ஆரம்பித்ததில் பெற்றோர் பூரிப்புடன் தனிவீடு அமர்த்தினர்.

வாடகை வீடானாலும் ஜன சந்தடி மிக்க பகுதியானதால் ரவுடிகள் உலவும் ஏரியாவாக இருந்தது.பெற்றோர் கலக்கத்துடன் காலம் தள்ளினர்.எப்படியோ பெற்றோரும் வீராசாமியும் வீட்டின் ஒரே பெண்ணான வசந்திக்கு திருமணம் முடித்து அவளை மும்பைக்கு கணவருடன் அனுப்பிய பின்னரே நிம்மதி பெருமூச்சு விட்டனர்.

வீராசாமிக்கும் திருமணம் முடிந்து குழந்தைகள் ஆயிற்று. தன் மன ஆசையை நிறைவேற்ற இதுவே தக்க காலம் என வீராசாமி முடிவெடுத்தான். சென்னை தலைநகரில் சொந்த வீடு என்பது பலருக்கும் எட்டாக் கனிதான். எனவே வீராசாமி புறநகர் பகுதியான மறைமலை நகரில் ரயில்வே லைனை ஒட்டிய இடமாக கிடைத்ததும் மலிவு விலையில் முதலில் மனையை வாங்கினான். பின் தன் சேமிப்பை எல்லாம் சேர்த்து கணக்குப்போட்டு வங்கியில் லோனுக்கு கை பணத்தை எல்லாம் கட்டி ஏற்பாடு செய்தான்.இதோ இப்போது வீடும் ஆயிற்று.

அவன் மனை வாங்கிய பொழுது அந்த இடம் பொட்டல் காடாக இருந்தது. ரயில்கள் ஓடும் சத்தம் மட்டும் அடிக்கடி கேட்டுக் கொண்டே இருக்கும். இவன் வீடுகட்ட ஆரம்பித்ததும் அங்கொன்றும் இங்கொன்றுமாக ஒரு சிலரும் வீடு கட்ட ஆரம்பித்தார்கள். எனவே ஒரளவிற்கு ஆள் நடமாட்டம் இருந்தது.ஆனால் இரவில் தெரு விளக்குகளும் அதிகம் போடப்படாததால் ஆள் நடமாட்டம் மிகக் குறைவாகவே இருக்கும். கிரகப்பிரவேசத்திற்கு மும்பையிலிருந்து அக்கா வசந்தி அத்தான் குழந்தைகளுடன் குடும்பமாக அவசியம் வரவேண்டும் என அழைப்பு விடுத்து அழைப்பிதழ்

அனுப்பினான்.ஆனால் கொரோனாவால் மும்பையை விட்டு வெளியேற முடியாமல் அக்கா குடும்பத்தினர் வரவில்லை.

மிக எளிமையாகவே கிரகப்பிரவேசம் நடந்தது.புது வீட்டிற்கும் வந்தாயிற்று. வந்தபின்தான் வினையே ஆரம்பித்தது.வந்த சில நாட்களில் வீராசாமி வேலைக்குப் போக ஆரம்பித்தான்.

ஏப்ரல் மாத லீவில் குழந்தைகள் வீட்டில் விளையாடிக் கொண்டிருந்தனர். வெளியே ஏதோ சத்தம் கேட்கவும் என்ன ஏது என்று பார்க்க சகுந்தலா வாசலைத் திறந்தாள். வீட்டின் முன்னே தெரிந்த வெட்ட வெளியில் ஒருவன் அவர்கள் வீட்டிலிருந்து இரண்டு மனை தாண்டி குடியேறிய வீட்டினரின் குழந்தையை தூக்கிக்கொண்டு ஓடிக்கொண்டிருந்தான். குழந்தை கத்திக்கொண்டிருந்தது.அவன் குழந்தையின் வாயையும் பொத்திக் கொண்டு ஓட வேண்டி இருந்தது. சகுந்தலாவிற்கு எங்கிருந்துதான் அப்படி ஒரு தைரியம் வந்ததோ தெரியாது,"டேய்.... டேய்..... விடுடா குழந்தையை..... ஓடி வாருங்கள்...... குழந்தையை தூக்கிக் கொண்டு போகிறான். ஓடிவாங்க..... ஓடிவாங்க....."என கத்திக்கொண்டே கிடைத்த கற்களை பொறுக்கி அவன் மீது வீசத் தொடங்கினாள்.

கூச்சல் கேட்டு அக்கம் பக்கத்தினர் ஓடி வந்தனர். இரயில்வேலைனின் பக்கத்தில் ரோடு கரடுமுரடாக இருந்தது. திருடன் தடுமாற, குழந்தை கையில் இருந்து நழுவ, குழந்தையை விட்டுவிட்டு ஓடிவிட்டான். சகுந்தலா ஓடிச் சென்று குழந்தையை தூக்கி

அதன் பெற்றோர்களிடம் ஒப்படைத்தாள். அனைவரும் அவளைப் பாராட்டினார்கள்.

ஆனால் சகுந்தலாவின் உடம்பு நடுக்கம் குறையாமல் மனமும் பயத்தால் உறைந்து போய் விட்டது. வீராசாமி வீட்டிற்கு வந்ததும் உடனே வீட்டை காலி செய்து ரவுடிகள் நிறைந்த ஏரியாவாக இருந்தாலும் பரவாயில்லை பழைய வீட்டிற்கு வாடகை வீடு ஆனாலும் பரவாயில்லை போய்விடலாம் என புலம்ப ஆரம்பித்தாள்.வீராசாமி மிகவும் கவலைப்பட ஆரம்பித்தான்.

இதனிடையே கொரொனாவுடன் வாழப் பழகிய மக்கள் ஊர் விட்டு ஊர் போக அரசாங்கம் அனுமதி அளித்தது என்று மும்பையிலிருந்து அக்கா வசந்தியும் குடும்பத்தோடு ரயிலில் சென்னை வந்து இறங்கினார்கள். வீராசாமி குழந்தைகளையும் அழைத்துக்கொண்டு வரவேற்கப் போனான். அக்காவும் அத்தானும் இரயிலை விட்டு இறங்கிய பின் குழந்தைகள் ஒருவரை ஒருவர் பார்த்து "ஹை" சொல்லிக்கொண்டிருக்கும்போதே வீராசாமி அருகில் லுங்கியும் பனியனும் கழுத்தில் கைக்குட்டையுமாக இரண்டு பேர் வந்து நின்று," என்ன அண்ணாத்தே! எல்லாம் நல்லபடியா வந்து சேர்ந்தார்களா?"என விசாரிக்கவும் வீராசாமி அவர்களை கண் ஜாடை காட்டி அனுப்பவும், அக்கா அத்தான் இருவரும்," என்ன இதெல்லாம் தம்பி? இவங்க எல்லாம் யாரு?" எனக் கேட்கவும்," அதெல்லாம் ஒன்னும் இல்லை.... நீங்க வாங்க...."எனச் சொல்லி வீராசாமி லக்கேஜ்களை எடுத்துக்கொண்டு குழந்தைகள் அனைவரையும் அழைத்துக் கொண்டு அவர்களுடன் சிரித்து பேசிக்கொண்டு முன்னால் நடக்க ஆரம்பித்தான்.

சென்ட்ரலில் இருந்து மின்சார ரயிலில் மறைமலைநகர் வந்து சேர்ந்தனர். முன்பு பார்த்த ஆசாமிகள் இருவரும் ஆளுக்கொரு ரிக்ஷாவை பிடித்துக்கொண்டு ஸ்டேஷன் வாசலில் இவர்களுக்காக காத்திருந்தனர். லக்கேஜையும் குழந்தைகளையும் ஏற்றிவிட்டு வீராசாமியிடம்,'' நீங்க முன்னாடி போங்க. நாங்க பின்னாலேயே வாரோம்'' எனச் சொல்லி தங்கள் சைக்கிள்களை எடுக்கச் சென்றனர். அக்காவிற்கு அவர்களைப் பார்க்கவே பயமாக இருந்தது. இவர்கள் ஏன் இப்படி நம்பின்னால் வரவேண்டும் என்ற கேள்வி அவளை குடைய ஆரம்பித்தது. ஒரு வழியாக வீடு வந்து சேர்ந்தனர்.

வீட்டிற்குள் அடியெடுத்து வைத்தும் லுங்கிஆசாமிகள் இருவரும்,'' அண்ணாத்தே,யக்கா... போய்வாரோம்''என வீராசாமியிடமும் சகுந்தலாவிடமும் சொல்லிச் செல்லும்போது அக்கா வசந்தி சகுந்தலாவிடம், '' இவர்களைத் தெரியுமா?''எனக் கேட்டதும்,'' இந்த ஏரியாக்காரர்கள் தான். அவ்வப்போது துணைக்கு வருவார்கள்'' என சகுந்தலா கூறவும்,'' துணை எதற்கு?'' என அத்தான் கேட்கவும், "இரவில் இங்கே தெருவிளக்குகள் அதிகம் கிடையாது'' என்று வீராசாமி கூற,'' அப்படியா'' என்று அக்காவும் அத்தானும் கூறிக்கொண்டு வீட்டிற்குள் நுழைந்தனர்.

புது வீடு வசந்திக்கும் அவள் கணவருக்கும் வீராசாமியின் வாழ்நாள் சாதனையாகத் தோன்றியது. அக்கா தம்பியை மிகப் பெருமையுடன் பார்த்தாள். சகுந்தலாவின் முகத்தில் பூரிப்பு தெரியாதது வசந்திக்கு

புதிராக இருந்தது. இரவில் சாப்பிட்டு அனைவரும் படுக்க சென்றனர்.அப்போது வீட்டின் பின்பக்கத்திலும் கூரை மேலும் கற்கள் வந்து விழுவது போன்ற சப்தம் கேட்டதும் சகுந்தலா வீட்டின் கதவுகளையும் ஜன்னல்களையும் மூடி அனைவரையும் படுக்கை அறைக்குள் வேகவேகமாக அனுப்பினாள்.

மறுநாள் காலை அக்காவும் தம்பியும் தங்கள் பழைய கதைகளைப் பேசிக் கொண்டிருந்தனர். குழந்தைகள் நால்வரும் ஓடிப்பிடித்து கண்ணாமூச்சி ஆட்டம் விளையாடிக்கொண்டிருந்தனர். தனிவீடு ; அதுவும் விசாலமான வீடு; விளையாட பெரிய முற்றம்;இப்படி புறநகர்ப் பகுதியில் வீடு அமைந்தது தம்பியின் அதிர்ஷ்டம்தான் என வசந்தி புகழ்ந்து கொண்டே இருந்தாள். ஒரு கட்டத்தில் பொறுக்காமல் சகுந்தலா தன் மனதின் கவலையை வெளிப்படுத்தினாள். பிள்ளை பிடிக்க வந்த அவனைப் பற்றிக் கூறும் போது அவள் எவ்வளவு தூரம் பயந்துவிட்டாள் என்பது வசந்திக்குப் புரிந்தது.வசந்தியும் அவள் கணவரும் இப்போது சகுந்தலாவை மிகவும் வியப்புடன் நோக்கினர். அவர்கள் பார்வை புரியாமல் சகுந்தலா தன் பேச்சை நிறுத்தினாள்.

வீராசாமி அக்காவிடம்,"அக்கா, நீயே சொல். இதற்காக இந்த வீட்டை விட்டுப் போக வேண்டுமா? என் உழைப்பு முழுவதையும் கொட்டி இந்த வீட்டை கட்டி இருக்கிறேன். என்னால் வேறு வாடகை வீடு பார்ப்பதற்கு கூட பைசா செலவு செய்ய பண்ண முடியாது. என் நிலைமையைப் புரிந்துகொள்ளாமல் பேசுகிறாள். நான் இங்கேதான் இருப்பேன்; நிம்மதியாக ,சந்தோஷமாக

இருப்பேன்; எந்த நிலை வந்தாலும் இங்கேயே இருக்க என்னை தயார் படுத்திக் கொள்வேன். இதை இவளிடம் எடுத்து சொல்லுக்கா" என்றான்.

வசந்தி சகுந்தலாவின் கைகளைப் பரிவோடு பற்றி," சகுந்தலா, உன் திறமை உனக்குத் தெரியாது.எங்களுக்குப் புரிகிறது. நீ ஒரு காவல் தெய்வம் போல் அந்தக் குழந்தையை காப்பாற்றி இருக்கிறாய். அது எப்பேர்ப்பட்ட வீரச்செயல்! அந்த தைரியம் யாருக்கு வரும்! அப்படியிருக்க, நீ ஏன் கவலைப்படுகிறாய்? உன் பலத்தை நீ புரிந்து கொள்.இன்னும் ஓரிரு வருடங்களில் இந்த இடம் வளர்ந்து விடும்.ஜன நடமாட்டம் அதிகரித்து விடும். எனவே வீராச்சாமியின் கனவை நனவாக்க உறுதி கொள்.எல்லாம் நல்லபடியாக நடக்கும். பயத்தை விடு" என்று சொன்னதும், வசந்தியின் கணவர் அவள் அருகில் பரிவோடு வந்து நின்று," ஆம்...பஹான் ஜி!கவலைப் படாதீர்கள். இந்த வீடு உங்களுக்கு கிடைத்த வரம். நீங்கள் இருவரும் மிக சிறப்பாக வாழ்வீர்கள்." என்று கூறியதும் சகுந்தலாவின் முகத்தில் ஒளி தோன்றியது; பயம் விலகியது.

வீராசாமியை மனதில் மகிழ்வுடனும் கண்களில் காதலுடனும் சகுந்தலா பார்த்து," பால் காய்ச்சி விட்டேன்.காப்பி போட உதவக்கூடாதா?"" என கேட்டுக் கொண்டு சமையலறைக்குள் நுழைய வீராசாமிக்கு அன்று தான் உண்மையிலேயே கிரகப்பிரவேசம் நடந்தது போன்ற உணர்வுடன் உற்சாகமாக அவளைப் பின்தொடர்ந்தான்.